காரணம் அறிகிலார்

காரணம் அறிகிலார்

சிறுகதை தொகுப்பு

ஜனநேசன்

பாரதி
புத்தகாலயம்

Karanam Arikilaar (in Tamil)

Jananesan

First Published: November, 2019

Published by

BHARATHI PUTHAKALAYAM

7, Elango Salai, Teynampet, Chennai - 600 018

Email: thamizhbooks@gmail.com / www.thamizhbooks.com

காரணம் அறிகிலார்

ஜனநேசன்

முதல் பதிப்பு: நவம்பர், 2019

வெளியீடு:

பாரதி புத்தகாலயம்

7, இளங்கோ சாலை, தேனாம்பேட்டை, சென்னை - 600 018

தொலைபேசி : 044-24332424, 24332924, 24356935

விற்பனை நிலையங்கள்

மதுரை: 37A, பெரியார் பேருந்து நிலையம் - 045 22324674
ஈரோடு: 39: 39 ஸ்டேட் பாங்க் சாலை - 9245448353
திண்டுக்கல்: பேருந்து நிலையம் - 9942331105, 9976053719
பழனி: பேருந்து நிலையம் அருகில் - 9442883696
திருப்பூர்: 447, அவினாசி சாலை - 9486105018
சேலம்: பாலம் 35, அத்வைத ஆஸ்ரமம் சாலை 0427 2335952
திருவல்லிக்கேணி: 48, தேரடி தெரு - 9444428358
வடபழனி: பேருந்து நிலையம் எதிரில் அடையார்
ஆனந்தபவன் மாடியில் - 9444476967
பெரம்பூர்: 52, கூக்ஸ் ரோடு - 9444373716
திருவாரூர்: 35, நேதாஜி சாலை - 9442540543
சேலம்: 15, வித்யாலயா சாலை சாலை
திருநெல்வேலி: 25A, ராஜேந்திரநகர் - 9442149981
அருப்புக்கோட்டை: 31, அகமுடையார் மஹால் - 9994173551
மதுரை: சர்வோதயா மெயின்ரோடு
குன்னூர்: N.K.N வணிக வளாகம் பெட்போர்ட்
செங்கல்பட்டு: 1 D ஜி.எஸ்.டி சாலை - 044 27426964
விருதுநகர்: 131, கச்சேரி சாலை - 0456 2245300
கும்பகோணம்: 352, ரயில் நிலையம் எதிரில் - 9443995061
வேலூர்: பேஸ் III, சத்துவாச்சாரி - 9442553893
நெய்வேலி: பேருந்து நிலையம் அருகில், - 9443659147
தஞ்சாவூர்: காந்திஜி வணிக வளாகம் காந்திஜி சாலை - 9655542400
கோவை: 77, மசக்காளிபாளையம் ரோடு, பீளமேடு - 8903707294
திருச்சி: வெண்மணி இல்லம், கரூர் புறவழிச்சாலை - 9994289492
திருவண்ணாமலை: முத்தம்மாள் நகர்
நாகர்கோவில்: 699 கே.பி.ரோடு R.V.புரம் - 9443450111
சிதம்பரம்: 22A / 18B தேரடி கடைத் தெரு,
கீழவீதி அருகில் - 9994399347
கரூர்: நாரத கானசபா அருகில் (TNGEA OFFICE)- 9442706676
காரைக்குடி : 12, 2 வது தெரு, கம்பன் மணிமண்டபம் பின்புறம் - 9443406150

நினைத்த நூல்கள்... நினைத்த நேரத்தில்...

thamizhbooks.com | 8778073949

அச்சு : பிரிண்டெக், சென்னை - 600 005.

சமர்ப்பணம்

தோழர்கள் தி.க.சி., வல்லிக்கண்ணன்

கந்தர்வன், கழனியூரன்

மற்றும் படைப்பாளிகளை

ஆதரிக்கும் தமிழக வாசகர்களுக்கு.......

என்னுரை

மக்களிடம் பெற்றதை மக்களிடமே கொண்டு சேர்! என்று ஒரு சமூகவியல் அறிஞன் கூறுகிறான். கடந்த இரண்டு ஆண்டுகளில் மக்கள் பட்ட பாடுகள், மகிழ்ச்சிகள், நெகிழ்ச்சிகளை உள்வாங்கி அவை என்னுள் உறுத்தி, மகிழ்த்தி கிளர்த்திய சிந்தனைகளை எனது முப்பதாண்டு படைப்பு அனுபவ வெளிச்சத்தில் மறுபடைப்புகளாக்கி அவற்றை மீண்டும் மக்களிடமே சேர்க்கும் முயற்சியில் விளைந்தவைகளே இந்த சிறுகதைகள். இந்தவகையில் இவற்றை வாசிப்பவர்கள் மக்களின் கதைகளே என்று உணருவர். இக்கதைகளின் மனிதர்களோடு, நிகழ்வுகளோடு தம்மை அடையாளப் படுத்திக் கொள்வர்.

இத்தகு நெகிழ்வான நிகழ்வுகளை இக்கதைகளை பத்திரிகைகளில் வாசித்த பல வாசக அன்பர்கள் மட்டுமன்றி, கி. இராஜநாராயணன், கு. சின்னப்ப பாரதி, எஸ், எ. பெருமாள், நாஞ்சில்நாடன், தேனிசீருடையான், அ. குமரேசன், ம. இராஜேந்திரன், பொன். குமார், சாந்தாதத் அனிச்சஅடி ஆ. பழநி, பேராசிரியர் இராகுலதாசன், எஸ், வி, வேணுகோபாலன், போன்ற இலக்கிய ஆளுமைகளும், தி. க. சி . சேது , கி. ரா. பிரபி. பிரவின்ஸ்கா கழனியூரன், குன்றக்குடி சிங்காரவேலன், பேராசெல்வா, திண்டுக்கல், துரைஅரசன், போடி. பாலசுப்பிர மணியன்போன்ற இலக்கிய ஆர்வலர்களும் பகிர்ந்துகொண்டதிலிருந்து அறிய முடிந்தது. இக்கதைகள் சமகால நிகழ்வுகளை பதிவுசெய்வதால் இவை இக்காலத்தின் விதைநெற்கள்.!

காரணம் அறிகிலார் என்னும் இத்தொகுப்பில் உள்ள பதினாறு கதைகள் என்னை எதார்த்தத்தில் படுத்திய நிகழ்வுகளின் மறு உருவாக்கம், ஆனால் பதினேழாவதாக அமைந்தது என்னை படுத்திய கனவு – கண்ணுக்கு எட்டியது - கைக்கு எட்டாமல் போனது. இதுவும் கூட வாசகரின் விழைவை பதிவு செய்கிறது. ஆகவே. இவையெல்லாம் வாசக பெருமக்களின் படைப்புகள் இவற்றை

விமர்சித்து கருத்து கூறவும், கொண்டாடவும் உரிமை படைத்தவர்களும் தமிழ்கூறும் நல்லுலகின் வாசக அன்பர்களே. இதில் அடியேன் வெறும் கருவி தான்.! ஆகவே இவற்றை தமிழ் மக்களின் கரங்களுக்கே ஒப்படைக்கிறேன்.

என்னதான் வாங்கிய காற்றை இசையாக்கி அனுப்பும் புல்லாங்குழல் கருவியாக நானிருந்தாலும் இப்படைப்பு .களை பத்திரிகை மேடைகளில் ஏற்றி அரங்கேற்றி பெருமை சேர்த்த கணையாழி, உயிர்எழுத்து, தினமணிகதிர், காமதேனு, தீக்கதிர்வண்ணகதிர்,மற்றும் நிறை (ஐதராபாத்) காலாண்டிதழ் ஆகிய இதழ் ஆசிரியர்களுக்கு நன்றிக் குரியேன்.இத்தொகுப்பில் உள்ள ஐந்தறிவு எனும் கதை பேராசிரியர்.வே.சபாநாயகம் நினைவு சிறுகதை போட்டி யில் இரண்டாம் பரிசு வென்றது.அக்கதை அவர்கள் தொகுத்த ஒரு தொகுப்புக்குள் முடங்கிப் போனதால் வண்ணக்கதிரில் மறுபிரசுரமாகி வாசகர் கவனத்தை பெற்றது. இத்தொகுப்பிற்கு விரிவான அணிந்துரை வழங்க இயலாத தனது இலக்கிய, இயக்க பணி நெருக்கடியில் ஒரு சோற்றுப் பதமாய் அருமை யானதொரு வாழ்த்துரை வழங்கிய பேரா. அருணன் அவர்களுக்கு நன்றி கடப்பாட்டுக்குரியேன். முந்தைய எனது ஐந்து தொகுப்பு கதைகளை வாசித்து ஊடகங்களில் பகிர்ந்து ஊடக வெளிச்சமேற்றியதோழர்.பேரா.சு.ப .வீரபாண்டியன்,தினமணி நாளிதழ் ஆசிரியர் அண்ணன் கி.வைத்தியநாதன் அவர்களுக்கும் நன்றிக்குடையேன். இக்கதைகள் எழுதும் காலத்தில் எனக்கு உதவியும் உற்சாகமும் தந்த எனதருமை துணைவியார் விஜயலட்சுமிக்கும் ,எமதருமை செல்வங்கள் (கம்மம் மாவட்ட ஆட்சியர்)ஆர்.வி.கர்ணன்-பிரியங்காகர்ணன், மருத்துவர் ஆர்.வி. நிரூபன் பாரதி மற்றும் பேரன்கள் ஒருபுறம் என்றால் மறுபுறம் அருமைத் தோழர்கள் காரை. உதயன், ஆர்.ஜீவானந்தம், சி.மாதவன் மற்றும் த.மு.எ.க.ச. தோழர்கள்தந்த ஒத்துழைப்பை மறக்கவியலாது.

இத்தொகுப்பை உங்கள் கரங்களில் தவழவிட்ட,வாசிப்பை அறிவார்ந்த இயக்கமாக விரிவடையச் செய்துவரும் சென்னை பாரதி புத்தகாலயம் தோழர் நாகராஜன் உள்ளிட்ட நண்பர்களுக்கு பெரிதும் நன்றி கடன் பட்டுள்ளேன்.

18-9-2019: காரைக்குடி **அன்பன் ஜனநேசன்**

வாழ்த்துரை

தோழர் ஜனநேசன் வெகுகாலமாய் நண்பர். அவருடன் த.மு.எ.க.ச. பணிகளில் சேர்ந்து பயணித்திருக்கிறேன். அமைப்புக் குழுக் கூட்டங்களில் கச்சிதமாகப் பேசக்கூடியவர். காரைக்குடி என்றால் எங்களுக்கு ஜனநேசன்தான்.

நல்ல விமர்சகர், நல்ல படைப்பாளி. இரண்டுக்கும் இடையிலான உயிர்ப்புள்ள தொடர்பால் அவரது எழுத்துக்கள் மிளிர்கின்றன. "கலை இலக்கியம் யாவும் மக்களுக்கே" என்பதை வெறும் முழக்கமாகக் கொள்ளாமல் தனது படைப்பாக்கத்தின் அடிநாதமாகக் கொண்டவர். சமூக விமர்சனத்தை கழித்துவிட்டு அவரால் கதை எழுத முடியாது.

இந்த சிறுகதைத் தொகுப்பும் அதற்கான எடுத்துக்காட்டு. முதல் படைப்பே செல்லா நோட்டு விவகாரத்தை ஒரு தெருப் பொறுக்கியின் நோக்கிலிருந்து சொல்கிறது. தெருப் பொறுக்கி என்றால் உண்மையிலும். தெருவிலே கொட்டப்படும் பழைய பேப்பர், பிளாஸ்டிக் சாமான்களை பொறுக்கி விற்று வயிற்றுப்பாட்டைக் கழுவுகிறவர்.

500 ரூபாய் 1000 ரூபாய் நோட்டுகளை செல்லாது என அறிவித்ததால் அவருக்கு என்ன நட்டம்? லாபம்தான்! வாழ்வின் இன்னொரு பக்கத்தை புரிந்து கொண்ட லாபம்! வங்கிகளில் பணம் வைத்திருந்தவர்களும் அது கைக்கு வராமல் அல்லாடிய வினோத அவலத்தை அந்த மனிதர் இப்போது அறிகிறார்.

இந்தச் சிறுகதையின் முடிப்புதான் அபாரம். அதைச் சொன்னால் சுவாரசியம் போய்விடும். வாசகர்கள் படித்து அனுபவிக்க வேண்டிய, அசைபோட வேண்டிய முடிப்பு.

செல்லா நோட்டு அறிவிப்பு இந்திய மக்களின் சமூக பொருளாதார வாழ்வில் பாரதூரமான தாக்கத்தை ஏற்படுத்திய ஒன்று. புனைவுக்கு

இதுவெல்லாம் கருப்பொருள் இல்லையென்றால் வேறு எதுதான் கருப்பொருள்? இந்நேரம் பல படைப்புகள் வந்திருக்க வேண்டாமா? ஏதேனும் காத்திரமான நாவல் வந்திருக்கிறதா? தெரியவில்லை.

தோழர் ஜனநேசன்தான் இப்படியொரு சிறுகதை எழுதியிருக்கிறார். அவருக்கு எனது அன்பான பாராட்டுக்கள். அவருக்கு ஊக்கம் தரவேண்டிய நல்ல வாசகர்களின் கடமை. அவரின் இந்தச் சிறுகதைத் தொகுப்பை வாங்கிப் படித்து உற்சாகம் ஊட்டுவோம்.

அருணன்

உள்ளடக்கம்

காரணம் அறிகிலார் ...

அவன் குடிசைக்கு வெளியே வந்து பார்த்தான். வானம் சாம்பல் பூத்துக் கிடந்தது. மழை கைவிட்டுப்போன கார்த்திகை மாதம் அதிகாலை வறப்பனி நடுக்கியது. பக்கத்தில் கோழிகள் ஏதுமில்லை கூவல் சத்தம் கேட்க. கிழக்கில் பொழுது தென்படவில்லை தூரத்தில் எங்கோ 'விநாயகனே வினை தீர்ப்பவனேன்'னு பாட்டுச் சத்தம் கேட்டது. மணி அஞ்சு, அஞ்சரை இருக்கலாம். டப்பாவில் இருந்த செங்கல்பொடியை எடுத்து பல்தேய்த்து முகம் கழுவினான். பிளாஸ்டிக்குடத்தில் ஒரு செம்பு தண்ணீர் முகந்து மடக்மடக்கென்று குடித்தான் சத்தம் கேட்டு தலைதூக்கிப் பார்த்து, மனைவி மீண்டும் படுத்துக் கொண்டாள். மகள் உடலை சுருக்கி படுத்திருந்தாள். இரண்டு பிளாஸ்டிக் சாக்குகளை மடக்கி கக்கத்தில் இடுக்கிக் கொண்டு வெளியே வந்தான்.

தெரு நாய்கள் உடலை முடக்கி படுத்துக்கிடந்தன. அவன் கடந்து போகும் போது மூக்கை விடைத்து உர்ரென்று முனங்கி படுத்துக் கொண்டன. துண்டால் காதுகளை இறுக்கிக்கட்டிக் கொண்டான். ஒடிந்த இடுப்பை இன்னும் முன் வளைத்து இருகைளை நெஞ்சில் இறுக்கமாக பொத்திக் கொண்டு மெல்ல மெல்ல தெருவில் நடந்தான்.

'மனைவியிடம் சொல்லவில்லையே' என்று கேள்வி எழுந்தது. 'என்னத்த சொல்ல.... காலையில வேலைக்காப் போறோம்? ஆறடி ஆம்பளை கட்டட சாரத்திலிருந்து விழுந்து இடிப்பு ஒடிந்து அஞ்சடியாய் உள் வளைந்து எந்த வேலைக்கும் லாயக்கில்லாமல் நடைபிணமாத் திரியறோம். சோத்துக்காகத் தெருப்பொறுக்கப் போறேன்னா சொல்ல முடியும்?

போன ரெண்டு வாரமா பொண்டாட்டி, பிள்ளைக வேலை பார்த்த கூலி வரலை. நடப்பு வாரத்தில் அஞ்சு நாளா வேலையும் இல்லை. காண்ட்ராக்ட்காரருக்கு பணம் வரலையாம். பணமுடக்கம். அவரு பார்க்கிற மூணு கட்டடங்களும் அப்படியப்படியே பாதியிலே

நிக்கிதாம். அவரோட கட்டட வேலை நடக்கும் போதுதான் கட்டட சாரத்திலிருந்து கீழ விழுந்து இடுப்பு எலும்பு விலகிப் போச்சு. காண்ட்ராகாரருதான் ஐயாயிரம் ஆறாயிரம் வரை செலவு செஞ்சு நடக்க வச்சாரு. அவர் பாக்கிற கட்டடங்களில் எனக்கு வாட்சுமேன் வேலை போட்டுக் கொடுத்தாரு. மாசம் மூவாயிரம் சம்பளம்! கட்டடத்துக்காரங்க பெரிய கோடீஸ்வரனாம். ஒரு நஷ்டஈடு, வைத்தியசெலவு அது இதுன்னு எதுவும் கொடுக்கலை. தொழிலாளர் இன்சுரன்ஸ்ன்னு இழப்பீடுன்னு சொல்றாங்க எதுவும் கிடைக்கல. ரேஷன் கார்டு கூட இல்லை. ஆனா வோட்டு போடற அடையாள அட்டை மட்டும் கொடுத்திடறாங்க. அத வச்சுதான் ஓட்டு போடறோம். போன எலக்ஷன்ல தலைக்கு மூன்னூறு ரூவா குடுத்தாங்க. அந்த அட்டைகள்கூட காண்ட்ராக்டர்கிட்டதான் பத்திரமா இருக்கு".

"என்ன பெரிசு இந்தநேரத்தில் எங்கிட்டு கிளம்பிட்டே..." என்றபடி கொத்தனார் குமார் டீவிஎஸ்பிப்டியில் வேகமாகக் கடந்து போனார். விடியக்காலையில எழுந்திருச்சு குளிச்சிட்டு கோயிலுக்கு போராரு. அவரு ஐயப்பன் கோவிலுக்கு பதினெட்டாவது வருஷமா மாலை போட்டு போறாராம். அவரும் என்னைப் போலத்தான் கடனும் கப்பியுமா காலம் பூராம் அலையறார். ஆனா சோக்குகாரரு எல்லாப்பழக்கமும் இருக்கு. அதோடதான் கோவிலுக்கு மாலையும் போட்டுகிறாரு. நம்மால அப்படியும் இருக்க முடியலை. இப்படியும் இருக்க முடியலை!.

காலையில வெறும் வயித்தில ஒரு செம்பு தண்ணி குடிச்சது. ஏப்பமா எதுக்கலிக்குது. ரசாயணக் கவிச்சிவீசுது. காறி துப்பவும் முடியலை. குளிருக்கு நாக்கு ஒட்டிகிச்சு. காதெல்லாம் குத்துது, குடையுது, மூக்கு வழியுது. வாய் திறந்தா ஆவி பரியுது. எப்பிடித்தான் காதை இறுக்கிக் கட்டினாலும் இத்துப்போன துண்டு குளிரை தாக்கு பிடிக்க முடியலை. சூடா டீ குடிச்சா நல்லா இருக்கும் பாக்கட்டை தடவி பார்த்தான். மூன்று இரண்டு ரூபாய் காசுகள் இருந்தன. அதை எடுத்துப் பார்த்தான். மூன்று ரெண்டு ரூபாய் காசுகள் தான்! ஒரு ரூபாய் காசும் ரெண்டுரூபாய் காசும் ஒரே அளவில் ஒரே கனத்தில் இருக்கு. வித்தியாசம் தெரியலை. நம்ம குடிக்கப் போறது அஞ்சுரூபாய்க்கு கடுங்காப்பிதான். இருத்தாலும் டீக்கடைக்காரன் கிட்ட காலையில வம்புதும்பு வந்திறக் கூடாதில்ல. ஆத்திரம் அவசரத்துக்கு கடன் சொல்லி குடிச்சுக்கலாம்னு அந்த முகனைக்

கடைக்குத்தான் வழக்கமா போறது. அங்கு எக்கு தப்பு ஆகி நாணயத்தைக் கெடுத்துறக்கூடாதில்ல!. ஆமாம்! நல்ல வேளை மூணும் ரெண்டுரூபாய் காசுகாதாம்.

காசைத் துளாவியதில் இடுப்பில் செருகியிருந்த சாக்குமடிப்பு கீழே விழுந்தது. ஒரு முனகலோடு குனிந்து எடுத்தான். இதுதான் இன்னிக்கு தொழில்கருவி. இதுவும் இல்லாட்டினா இடுப்பு வேட்டியிலா பொறுக்கிறது?.

'....ம் ஹ ஹ ஹ' சிரிப்பு வந்தது ஆதியிலும் பொறுக்கி இல்லை. மீதியிலும் பொறுக்கி இல்லை. பாதியில பொறுக்கி ஆயிட்டேன்! என்ன.... சின்னபிள்ளையில பள்ளிக்கூடத்துக்கு மட்டம் போட்டுட்டு, அறுவடை முடிஞ்சகடலைக்காட்டில் தப்புகடலை தவறின கடலை பொறுக்கி ட்ரவுசர் பாக்கட்டுகளிலும் சட்டை பாக்கட்டிலும் போட்டுகிட்டு ஆசைதீர தின்னதுபோக மீதிக் கடலைகளை கடையில் கொடுத்து அச்சு வெல்லம் பொட்டுக்கடலை வாங்கித் தின்னுருக்கேன். பருத்திகாட்டில தப்பின பருத்தி எடுத்து கடையில கொடுத்து மிட்டாய், ரொட்டிக வாங்கி சாப்பிட்டிருக்கேன். அப்ப விளையாட்டா பொறுக்கினது. இப்ப பொறுக்குகிற வாழ்க்கையா போச்சு. ஊர்ல விவசாயம் அழியாது இருந்திருந்தா இப்படி டவுன் பக்கம் வெந்து சீரழிவோமா, செங்கல் சுமந்து, சுண்ணாம்பு சுமந்து, கை வெந்து, உடல் நொந்து மண்ணா போயிருப்போமா, இடுப்புதான் ஒடிந்திருக்குமா? இடுப்புதான் ஒடியலைன்னா இப்படி பொண்டாட்டிக்குத் தெரிஞ்சும் தெரியாம தெருத்தெருவா குப்பை பொறுக்கி வீட்டுக்கு காசு கொடுத்து வயித்தை கழுவும் கதியிருக்குமா? ஆறடி உயரத்தில் நிமிர்ந்து விறைப்பா வீராப்பா திரிஞ்சேன். பொடு பொடுன்னு வேலை பார்த்து நல்ல பேரு வாங்கி, ஊருகண்ணுல, வாயில, விழுந்தேனே...

கசமுசன்னு பேச்சு சத்தம் கேட்டது. நின்று நிமிர்ந்தான். பேங்கு பணமெடுக்கிறரூம் முன்னால மொது மொதுன்னு ஆளுக நின்னு பேசிக்கிட்ருந்தாங்க. அங்கே பார்த்தால் பேங்ரூம் முன்னால பேப்பர்சுருட்டல் மீது கல் வைத்தும் செருப்பும், கண்ணாடிக் கூடும் டீக்கப்பும், வரிசையா வச்சிருந்தாங்க. வாச்சுமேனை சுத்தி கேள்வி மேல கேள்வி கேட்டுக்கிட்டிருந்தாங்க. "பணம் எப்ப வைப்பாங்க, நேற்று ராத்திரி வைக்கவேண்டியது வைக்கலையா? அடுத்த தெருவில பணவண்டி வச்சிட்டு போனதாக சொல்றாங்க...." இப்படி

நிறைய கேள்விகள்! வாட்சுமேன் திணறி திண்டாடி நிக்கிறார். இந்த காலை குளிர்ல இம்புட்டு கூட்டமா? பூராம் பொத்திகிட்டும், நடுங்கிகிட்டும், போன்ல பேசிகிட்டும்... நியுஸ் கேட்டுகிட்டும் ஆணும் பொண்ணும் நிம்மதியில்லாம நின்னு கிட்டிருந்தாங்க.

அவனுக்கு ஒன்றும் புரியவில்லை. புதிராக புதிதாக இருந்தது. ரேஷன்கடையிலதானேவரிசைநிற்கும். அடையாளசாமான்போட்டு கடை திறக்கும் முன்னே வரிசையில் காத்திருப்பாங்க. வெயில் காலத்தில குழாயடியில் தண்ணி வண்டிக்காக குடங்களை வரிசையாகவைத்து காத்திருப்பார்கள்? இப்ப என்னடான்னா பேங்க் பணமெடுக்கிற ரூம் முன்னால பளபளப்பா, படிச்ச முகங்களாக, ஆணும் பொண்ணுமாவயசானவங்களுமாகாத்துகிட்டு இருக்காங்க. இது அரிசி பஞ்சகாலமும் இல்ல. தண்ணிப் பஞ்சகாலமும் இல்ல. பணம் பஞ்சமா இது? பேங் கணக்கில பணம் இருப்பு வச்சவர் கையிலும் பணம் இல்லை! வேலை செஞ்சவனுக்கும் கைக்கு பணம் வரலை! இது என்ன கஷ்ட காலம்? உலகம் எங்கிட்டு போகுது? நாமதான் இப்படி தெருவுல நின்னு நாறுறோமுன்னா, சமூகத்தில் பளபளப்பும் பகட்டுமுள்ள ஆளுகளும், அரசாங்க வேலைக்காரருகளும் இல்ல இப்படி நடுத்தெருவுல நின்னு புலம்புறாங்க.

எங்களையும் பேங்கணக்கு ஆரம்பிங்கன்னு தொழிலாளிகள் நல வாரியத்திலிருந்து சொன்னாங்க. நிறைய சலுகை எல்லாம் கிடைக்குன்னாங்க. தேர்தல் நேரத்தில ஒவ்வொருத்தர் கணக்கிலும் இலட்சக்கணக்கில பணம் போடுறதாகச் சொன்னாங்க இரண்டு நாள் வேலையை கெடுத்துகிட்டு பேங்கிலயே காத்துக்கிடந்து கணக்கு ஆரம்பிச்சோம். பாஸ்புத்தகமெல்லாம் குடுத்தாங்க அதுவும் காண்ட்ராக்ட் காரர் கிட்டதான் இருக்கு. இரண்டு வருஷமாச்சு. கிணத்தில போட்டக் கல்லாட்டம் கிடக்கு. இந்த சமயத்தில்தான் கீழ விழுந்து இடுப்பு ஒடிச்சுகிட்டேன். அந்த பேங் கணக்கு விவரம் எல்லாம் இந்தக் கூட்டத்தைப் பார்த்ததும் ஞாபகத்துக்கு வருது. அன்றாடம் பேங் வரவு செலவு செய்றவங்களுக்கே இந்தப்பாடுன்னா நமக்கு எம்புட்டுப் பாடோ? ஆனா நமக்குத்தான் கணக்கில பணமும் இல்ல, பணமெடுக்கிற கார்டும் இல்லையே! பாஸ்புக்கும் கையில இல்லையே...!.

ஒருத்தர் சைக்கிளில் டீக்கேனை வைத்துக் கொண்டு "டீ ... டீ" என்று விற்றுக்கொண்டிருந்தார். பொழுது முகம் காட்டத்

தொடங்கியிருந்தது. விலகி ஓடும்பனி உடம்பை உரசிக் கொண்டு போனது. உடல் நடுங்கியது. அவனுக்கும் டீ குடிக்கணும்னு ஆசை. ‘டீ குடிக்கலாம்னா ஆறு ரூபாய் தானே இருக்கு. அவரு பத்துரூபா இல்ல சொல்றாரு’ என்று நினைத்தபடி அருகில் போனான்.

“டீ வேணுமா” என்றார் அவர். “இல்லை என்னிடம் சில்லரை இல்லை. ஆமாம் இத்தனை பேரு இருக்கிறாங்கல்ல. அவங்க டீ சாப்பிட்டிருப்பாங்கல்ல!.

“அட, நீ ஒன்னு. அவங்க ஒவ்வொருத்தரும் நூறு ரூபாய் நோட்டை நீட்டி டீ கேட்கிறாங்க. என்கிட்ட இருக்கிறது. நாலு பத்துரூபாய் நோட்டுகள் தாம். பத்து பேர் சேர்ந்து வாங்கி குடிங்கன்னா மொகத்தை திருப்பிக்கிறாங்க!”

அவன் சிரித்துக் கொண்டே கூட்டத்தை கடந்து போனான். அடுத்த தெரு முக்கத்தில் உள்ள டீ கடைக்குப் போனான். சீஸனுக்குகேற்றபடி ஐயப்பன் பத்தி பாடல் ஒலித்துக் கொண்டிருந்தது. “என்ன மாஸ்ட்டர் டீ பட்டறையில் நிற்காமல் வெளியே பார்த்துகிட்டு நிற்கிறீங்க!”

“பால்க்காரம்மா பால் கொண்டு வர்றேனுட்டு போச்சு, இன்னும் ஆளைக் காணோம்!”

“பாவம், அந்தம்மாவுக்கு என்ன பிரச்சினையோ...” என்றான் அவன்.

“அந்தம்மா நாலுமணிக்கு எந்திரிச்சு வந்து பேங் வாசல்ல இடம் போட்டுட்டு இப்பத்தான் அரை மணிக்கு முன்னால சொல்லிட்டுப் போச்சு! எல்லாப்பிரச்சினையும் வெள்ளையப்பன்ல தான் இருக்கு”

“ஆமாம் மாஸ்டர் பேங்பணம் எடுக்கிற ரூம் முன்னால இமைக்க முடியாத கூட்டம். அங்க கூட ஒருத்தர் டீ கேண் வச்சு டீ வித்துகிட்டுருந்தார். நான் நம்ம பழக்கத்தை விட்றக்கூடாதுன்னு நேரா இங்க வந்துட்டேன்”.

“அப்படியா, அவன் பழைய பாக்கட் பால்ல போட்டு வச்சிருப்பான். வெறும் சக்கரைத்தண்ணியா குடுப்பான். அவன்கிட்டதான் மூச்சுவிடாம குடிப்பானுங்க. நம்மகிட்ட பால் காயலம்பான். திக்கா இருக்கணும்பான். ஸ்ட்ராங்க இருக்கணும்பான். ஆடை போடனும்பான். அரை சக்கரை போடும்பான். ருசிருசியா கேட்பானுக. பத்துரூவா குடுக்க அழுவானுக” என்று டீ கடைக்காரர் பிலாக்கணம் பாடினார்.

“உங்களுக்கு என்ன மாஸ்டர், இங்கேயும், மேலயும் பதவியில இருக்கிறவங்க டீக்கடை வச்சிருதவங்கன்னு சொல்றாங்க!”

“அட வேற பேச்சு பேசு. இல்லாட்டி கம்முன்னு பேப்பர்பாரு! பால் வந்ததும் டீ போட்டுதர்றேன்.” என்று பாய்லர் அடுப்பின் வெடிகரியாக வெடித்து கங்காய் சுட்டார்.

“கோவிச்சுக்காதீங்க மாஸ்டர். அந்த கேன் டீக்காரரும் கடுப்பாத்தான் இருக்கார். டீ கேட்கிறவங்க எல்லாம் நூறு ரூவாய் நீட்றாங்க. சில்லரை குடுக்கிறவங்களுக்குத்தான் டீன்னுட்டார். அவரும் வித்தபாடில்லை. யாரும் குடிச்ச பாடில்ல! கேன் டீ போனியாகலைன்னு புலம்பிகிட்டிருந்தார்.

“அதானே, ஆளுக்காளு நூறு ரூபாயை நீட்டினா அவனும் என்ன செய்வான். ஒரு மாசத்துக்கு முந்தி எதுக்கெடுத்தாலும் ஐநூறு ரூபாய் நோட்டை நீட்டுவாங்க. கேட்டா ஏட்டிஎம்மில் ஐநூறு ரூவாதான் வருதும்பாங்க. இப்ப அந்த தொல்லை போச்சு. ஆனா இப்ப ஏடிஎம்ல இரண்டாயிரம் ரூபா நோட்டு மட்டுமே வருதுன்னு சொல்றாங்க. இது எத்தனை நாளைக்கோ. ஜனங்க புழங்குகிற நூறு ரூபா நோட்டையும் செல்லாதுன்னு சொன்னாலும் சொல்லுவாங்க போலிருக்கு!” என்று சிரித்தார்.

அவன் கேட்டான் “மாஸ்டர் கோவிச்சுக்காதீங்க. தெரியாமத்தான் கேட்கிறேன். கருப்பு பணம்னு எப்படி கண்டு பிடிக்கிறது. எல்லாப் பணமும் ஒரே மாதிரிதானே இருக்கு?”

“அட போய்யா. எனக்கே இம்புட்டு நாளாத் தெரியாது. தடீர்னு எனக்கு சந்தேகம் வந்துருச்சு. நாம புழங்குகிறது நல்ல பணமா, கருப்பு பணமான்னு? அப்புறம், டீவியில பேசிக்கிறதை வச்சுத்தான் தெரிஞ்சுகிட்டேன். அரசாங்கத்துகிட்ட கணக்கில காட்டாத பணம் கருப்பு பணமாம்!”

“மாஸ்டர், அன்னாடம் காய்ச்சிக எப்படி கணக்கில் காட்டறது?”

“கணக்கு வழக்கெல்லாம் நமக்கு எங்கே தெரியும். பேசிக்கிறதை வச்சு சொல்றேன். நீ இதான் சாக்குன்னு உங்கிட்ட இருக்கிறது கருப்பு பணமா நல்ல பணமான்னு கேட்டுறாதே! எனக்கு ஒரு இழவும் புரியலை!”

பால்காரம்மா அரக்க பரக்க ஒரு எவர்சில்வர் பாத்திரத்தில் பால் கொண்டு வந்தது. டீக்கடைக்காரர் ஏற்கனவே ஒரு பெரிய

பாத்திரத்தில் கொதித்து கொண்டிருந்த வெந்நீரில் பாலை ஊற்றி ஒரு குவளையில் முகந்து முகந்து ஊற்றி ஆற்றினார். பால் காய்ந்த பதத்தை பார்வையால் மதிப்பிட்டவாறே தலையாட்டினார். ஒரு கப் பாலை எடுத்து சாமி படத்தின் முன் வைத்துக் கும்பிட்டார். ஒரு கிளாஸ் டீ போட்டு கடைக்கு முன்னால் நிலத்தில் பயபக்தியோடு குனிந்து ஊற்றி "ஆத்தா பூமாதேவி உனக்கு முதல் படையல்" என்று சொல்லி பின் நிமிர்ந்து கடை டீ பட்டறை நோக்கி கும்பிட்டார். கிளாஸில் எஞ்சியிருந்த ஒரு மிடறு டீயை ரசனையோடு குடித்தார். தலையை ஆட்டியபடி உள்ளே போய் ஒரு கிளாஸ் டீ போட்டு பால்க்காரம்மாவிடம் நீட்டி "அக்கா இந்தாக்கா" என்றார். பால்க்காரம்மா பவ்வியமாக வாங்கிக் குடித்தார்.

அவன் முந்திக் கொண்டு சொன்னான். "மாஸ்டர், எனக்கு வரக்காப்பிதான்! முதல் போனியானதும் குடுங்க, அவசரமில்லை"

"....க்கும்" என்றார் மாஸ்டர்

"என்னக்கா ஆச்சு! என்ன பிரச்சினை?"

"என் துயரத்தை ஏன் கேட்கிறப்பா... நாலு மாட்டு பாலை வித்து அன்னாட பால்காசு வசூலை எனக்கு தெரிஞ்ச ஒருத்தர்கிட்ட கொடுத்த வச்சிருந்தேன். மகள் கல்யாணத்துக்கு உதவும்னு. வாயைக் கட்டி, வயிற்றைக் கட்டி எறும்பு கணக்கா சேர்த்து வச்சேன். அவரு திடீர்னு போன ஞாயிற்றுக்கிழமை ராத்திரி வீட்டுக்கு வந்து 'இந்தாம்மா நீ குடுத்து வச்சதுக்கு வட்டியும் முதலுமான்னு மூனு லட்சம்னு' ஐநூறு, ஆயிரம் ரூவா நோட்டுக்களா குடுத்திட்டுப் போனார். 'இந்தப் பணத்தை உடனே பேங்கில போட்டுரும்மா, இல்லாட்டி செல்லாம போயிரும்னு' எங்க வகுத்தில கொள்ளியை சொருகிட்டு போயிட்டாரு. எனக்கு கையும் ஓடலை, காலும் ஓடலை. விடியற வரைக்கும் தூக்கமும் வரலை. நாம குடுத்ததை விட கூடக் குடுத்திருக்காருன்னு சந்தோசப்படவும் முடியலை. இக்கட்டான நிலையில் மாட்டிவிட்டுட்டாருன்னு விசனப்படவும் முடியலை. திங்கக்கிழமை பேங் திறந்ததும் என் பேரில பாதியும், மகள் பேரில பாதியுமா போட்டுட்டு வந்தோம். இப்போ ரூபா எடுக்க பேங்குக்கு போனா ஒரு வாரத்துக்கு இருபத்தி நாலாயிரம் தான் எடுக்கமுடியும்ன்னு சொன்னாங்க. ஆனா ஒரு நாளைக்கு இரண்டாயிரம், இரண்டாயிரமா மட்டும் தான் எடுக்க முடியுது. நித்தம் நாலாயிரமா எத்தனை நாளைக்கு மூனு லட்சத்தை எடுக்கிறது. தை பிறந்தா முதல்

முகூர்த்தத்தில மகளுக்கு கல்யாணம் முடிவு பண்ணியிருக்கு. எப்படி நடத்தப் போறேன்னு வதை பட்டேன். அதான் விடியக்காலையில பேங்க் வாசல்ல மகளுக்கு இடம்போட்டுட்டு வாட்சுமேன் கிட்ட சொல்லிட்டு வாறேன்" பால்க்காரம்மா பதட்டம் தணியாமல் பேசினார்.

அவனுக்கு இதெல்லாம் விநோதமாய் இருந்தது. காண்ட்ராக்ட்காரர் வாரக்கூலி கொடுத்தால் வயிறாரக் கஞ்சி, இல்லாட்டி குப்பை பொறுக்கி கிடைக்கிற காசில கால்வயிறு, அரைவயிறு கஞ்சின்னு நமக்கு விதிக்கப்பட்டிருக்கு. நமக்கும் லட்சத்துக்கும் என்ன லவி இருக்குன்னு? நினைத்துக் கொண்டான்.

டீக்கடை முன் ஒரு கார் வந்து நின்றது. நாலு இளைஞர்கள் வந்தார்கள். டீ கேட்டார்கள். டீ குடிக்கும் இடைவெளியில் அக்கடையில் என்னென்ன இருக்குன்னு நோட்டம் விட்டனர். குட்டே பிஸ்கட், மேரி பிஸ்கட், பில்டர்வில்ஸ், கோல்ட்பிளாக், சிஸர்ஸ் சிகரட்டுகள் இருப்பதை எல்லாம்; எடுக்கச் சொல்லி வாங்கினார்கள். மொத்தம் எழு நூற்றி இருபது ரூவா வந்தது. இரண்டாயிரம் ரூவாய் நோட்டைக் கொடுத்தார்கள். டீக்கடைக்காரருக்கு ரெண்டாயிரம் ரூவாய் நோட்டைப் பார்த்ததும் அதிர்ச்சியாக இருந்தது.

"என்கிட்ட சில்லரை இல்லை. எழுநூறு ரூவாய் குடுங்க. இல்லாட்டி சரக்கை வச்சிருங்க. உங்க யாவாரம் வேண்டாம்" என்றார் கண்டிப்புடன். அவர்கள் பதிலொன்றும் பேசாமல் சாமான்களோடு வண்டியை நெருங்கினார்கள்.

டீக்கடைக்காரர் கடுப்பாகி " என்னய்யா செல்லாத நோட்டை குடுத்திட்டு சரக்கை அள்ளிட்டுப் போறீங்க? நில்லுங்கய்யா"

"ஏய், கவர்மெண்ட் நோட்டை செல்லாத நோட்டுன்னு சொன்னா போலிஸ்ல போன் பண்ணி கேஸ் போட்ருவோம்"

"ஏய்யா இந்த நோட்டை டவுன்னுக்குள்ள மாத்த முடியாமத்தானே ஊருக்கு ஒதுக்குப்புறமா வந்து மாத்திறீங்க. அந்த போலிசை கூப்பிடு. என் சரக்கை எல்லாம் கொள்ளையடிச்சிட்டுப் போறீங்கன்னு புகார் பண்றேன்"

பேசிகிட்டு இருக்கும் போதே அவர்கள் வண்டியை கிளப்பிட்டு

போய்விட்டார்கள். மாஸ்டர், பால்க்காரம்மா, அவன் மூன்று பேரும் உறைந்து போய் நின்றார்கள். மாஸ்டர் அந்த இரண்டாயிரம் ரூபாய் தாளைத் திருப்பி திருப்பி பார்த்துக் கொண்டிருந்தார். முகமெல்லாம் அதிர்ச்சி பரவி இருந்தது. பால்க்காரம்மா சொன்னது "தம்பி பேங்கில இந்த மாதிரி நோட்டைத்தான் தர்றாங்க" என்றார்.

பெருமூச்சோடு அவன் சாக்குபையை எடுத்துக் கொண்டு எழுந்தான்.

"இருப்பா, டீ போடறேன் குடிச்சிட்டு போவே!"

"என் கிட்ட ஆறு ரூவாதான் இருக்கு. கடுங்காப்பி போதும்!"

"பரவாயில்லை. எப்பையும் போல அஞ்சுரூவா குடு இன்னிக்கு பால் டீ போட்டு தாரேன் குடி!"

"அவன் கூச்சத்தோடு பால்டீ குடித்தான். புன்னகையால் நன்றி சொல்லி தலையாட்டி கிளம்பினான் அவன்.

கடையை விட்டு வெளியேறியதும் அவனுக்குள் ஒரு குழப்பம். நடுத்தரக் குடும்பத்தினர் அதிகம் குடியிருக்கும் தெற்குபக்கத் தெருவுக்கு போவதா, பணக்காரர்கள் பெரிய பெரிய பங்களாவில் குடியிருக்கும் வடக்கு பக்கத் தெருவுக்குப் போவதா?

நடுத்தர மக்கள் குடியிருக்கும் தெற்குத் தெருவில் பழைய பேப்பர், அட்டை பெட்டி, பழைய சட்டை, துணி மணிகள் நிறைய கிடைக்கும் வடக்கு பக்கம் பிளாஸ்டிக் கழிவுகள் தான் கிடைக்கும். சமயங்களில் அசிங்கமான சமாச்சரங்கள் கிடக்கும். அவற்றை பார்த்து காறிதுப்பிவிட்டுத்தான் நகரணும், பலனில்லை. ஆனாலும் அவன் மனசு இன்றைக்கு வடக்குப் பக்கம் போயிட்டு ஒன்றும் கிடைக்கலைன்னா தெற்குத்தெருப் பக்கம் போகலாம் என்று ஒற்றைக் காலில் நின்றது வடக்கு பக்கமே நகர்ந்தான்.

இதற்கு முந்தி வடக்கு பக்கத் தெருவில் அவனுக்கு ஏமற்றமும் அருவறுப்புமே அனுபவமாக இருந்தது. ஆனாலும் அவனது மனசும் முரண்டு பிடித்தது வியப்பாக இருந்தது. போய் தான் பார்ப்பமே, காசா, பணமா செலவு? கொஞ்சம் தூரம் கூட நடக்கணும் அவ்வளவுதானே என்று நினைத்துக் கொண்டான். வடக்குத் தெருவில் ஒருநாள் ஒரு குப்பைத் தொட்டியில் கிடந்த அட்டைப் பெட்டியை கிண்டி திறந்தான். முகத்தில் ரத்தக் கவிச்சி தாக்கியது.

அதிர்ச்சியுடன் முகத்தில் வாயையும், மூக்கையும் துண்டால் கட்டிக் கொண்டு அட்டை பெட்டியை முழுதாகத் திறந்தான். ஆறுமாத சிசு பிண்டம் விறைத்து கிடந்தது! அதை இப்பவும் நினைத்தாலும் கைகள் நடுங்குது, மனசு பதறுது, என்ன மனிதர்கள்? எப்படியான சாவு? இயல்பான சிதைவா, கொலையா? அந்த பிண்டத்தின் தலையில் காலில் ரத்தம் உறைந்த காயங்கள். அவனது பதற்றம் அடங்க ரெம்ப நேரமானது. ராத்திரி தூக்கத்திலும் அந்த பிண்டம் கண்முன் தோன்றி அமைதியாகச் கிடந்த அவனது வாழ்க்கை பாட்டை கேலி செய்வதாக இருந்தது.

மற்றொரு நாள் அதே வடக்குத் தெருவில் வேறொரு குப்பை தொட்டியில் ஈர்ப்பான ஒரு பிளாஸ்டிக் பை கிடந்தது. ஆர்வத்தோடு எடுத்துப் பார்த்தான். ஈரம் கசிந்த ஆணுறைகள், அவனுக்கு குமட்டல் வந்தது. அப்படியே கையை உதறி காறி உமிழ்ந்து நடந்தான். தெற்குத் தெருவிலும் அசிங்கங்கள் கிடக்கும். ஆனால் அவற்றை பளபளப்பாக மூடி எறிய மாட்டார்கள். பார்த்தவுடன் கழிவு என்று தெரிந்துவிடும்.

அவனது பகுதிக்காரர்கள் அடிக்கடி சொல்லுவார்கள் “வடக்குத் தெரு பங்களாக்களில் வசதியான ஆள்கள்தாம். நோய் நொடி பாதிப்பு, மழைக்கஞ்சி காச்ச, கோயில் திருவிழான்னு பண உதவி கேட்டா அவங்க இல்ல. இவங்க இல்ல. நாளைக்கு வாங்க, வாங்கி வைக்கிறோம் என்று இழுத்தடித்து கடைசிவரைக்கும் கொடுக்கவே மாட்டார்கள்.

சரி இன்னிக்கு மனசு நோங்குது போய் பார்ப்போமே என்று வடக்கு தெருவில் நடந்தான். தெருவுக்குள் இன்னும் ஆள் நடமாட்டம் தொடங்கவில்லை. ஒரு வீட்டிலிருந்து வேலைக்காரன் போல ஒருத்தன் ஒரு மஞ்சள்துணிப்பையுடன் வேகமாகவும் பின்னால திரும்பி திரும்பி பார்த்தபடி பரபரப்போடு நடந்தான். தெருவின் வலது ஓரமாக நடந்தவன் சந்தின் முனைகடந்த சில நொடிகளில் வெறுங்கையுடன் திரும்பி வேகமாக நடந்து வீட்டிற்குள் நுழைந்து கதவை சாத்தினான்.

வேலைக்காரனின் நடத்தையை பார்த்ததும் அவனுக்குள் ஒரு பொறிதட்டியது. மெல்ல சாவகாசமாக நடந்து தெருமுனையைத் திரும்பினான்.

ஒரு பத்தடி தாண்டியது அங்கு ஒரு குப்பைத்தொட்டி இருந்தது. மெல்ல சென்று முன்னெச்சரிக்கையாக வாயையும் மூக்கையும் துண்டால் இறுக்கி கட்டிக்கொண்டு ஒரு சின்னகுச்சியை எடுத்து குப்பையை கிளறினான். வாழை இலை, காய்கறிக் கழிவுகளின் அடியில் அந்த மஞ்சள்பை தெரிந்தது. மெல்ல பையை இழுத்தான். வேறு யாரும் தெருவில் வருகிறார்களா என்று பார்த்தான். ஆள்நடமாட்டம் இல்லை. இருநாய்கள் ஒன்றை ஒன்று விரட்டி ஓடிக்கொண்டிருந்தன. நிதானமாக பையின் முடிச்சை அவிழ்த்தான். பைக்குள் பேப்பர் கற்றிய பொட்டலம் இருந்தது. ஒரு முனையை கிழித்து பார்த்தான். அதிர்ச்சியாக இருந்தது. மீண்டும் தெருவில் யாராவது வருகிறார்களா என்று பார்த்தான். எவரும் இல்லை. பைக்குள் 500, 1000 ரூவாய் நோட்டுக் கட்டுகள். கைகள் நடுங்கின. பையை சுற்றியுள்ள அழுக்குகளைத் துடைத்துவிட்டு மின்னல் வேகத்தில் அந்தபையை தனது சாக்குபையில் போட்டுக் கொண்டான். உடல் படபடத்தது. சிறுநீர் கழித்தால் தேவலை என்று உணர்ந்தான். தொட்டிக்கு எதிர்புறம் இருந்த சாக்கடையோரம் உட்கார்ந்து எழுந்தான். உடலெல்லாம் வியர்வை பூத்திருந்தது. அவ்வளவு ரூபாய் நோட்டுக்களை அவன் கண்ணால் கூட பார்த்ததில்லை. விறுவிறுவென்று வீடு நோக்கி நடந்தான்.

எப்படி வீடு வந்து சேர்ந்தான் என்று அவனுக்கு தெரியவில்i. குடிசையின் படலைத் திறந்தான் . மனைவி அடுப்பின் முன்னால் இருந்தாள். உள்ளே நுழைந்ததும் குடிசையின் படலை மூடினான். மனைவி ஏறிட்டு பார்த்து வாய் திறப்பதற்குள் மஞ்சள் பையைக் காட்டி சத்தமிடாமலிருக்க சைகை செய்தான். பாயை விரித்து மஞ்சள் பையைத் தலைகீழாகக் கொட்டினான். ஆயிரம் ரூபாய் கட்டுகள் பதினாறும், ஐநூறுரூபாய் கட்டுகள் எட்டு! ஒழுங்கற்று ரப்பர் பேண்டால் பிணைக்கப்பட்டிருந்தன. இதை யாரை வைத்து எண்ணுவது. என்ன செய்வது என்று திகைத்துப் போயிருந்தான். மனைவி அவனை உற்று பார்த்தாள். " வடக்குதெரு குப்பைத் தொட்டியில் கிடந்தது" என்றான். அவனது முகம் பளிச்சிட்ட மறுநொடியில் கவலை கப்பி இருண்டது.

கூரையிலிருந்து பல்லி ஒன்று உச்சு கொட்டியது. அவள் நிமிர்ந்து பார்த்தாள். "என்னய்யா மிதப்பில இருக்கே! நாய்க்கு தேங்காய் கிடைச்ச மாதிரி.... இதை வச்சு இப்போ என்ன செய்ய! இன்னிக்கு கஞ்சிக்க ஆகிறதைப் பாரு" என்றாள். அவனுக்கு எதையோ

இழந்தது போல முகத்தில் பூத்த பெருமை உடைந்து காற்று போன பலூன்போல முகம் சுருங்கி தொங்கியது. பெருமூச்சு விட்டான்.

"சரி கொஞ்சம் காபிதண்ணி இருந்தா குடு. குடிச்சிட்டு வெளியில் போயிட்டு வாறேன்". என்று சாக்கை எடுத்து மடக்கி இடுப்பில் சொருகினான். அவள் கொடுத்த கடுங்காப்பியை தண்ணீரைக் குடிப்பதுபோல விழுங்கினான். மெல்ல தளர்வான நடையோடு வெளியே வந்தான்.

தெருவில் கூட்டமாக நாலைந்துபேர் நின்று ஏதோரகசியம் போல் கிசுகிசுத்துக் கொண்டிருந்தனர். அருகில் போகாமல் காதை கூர்மையாக்கிக் கேட்டான். "பணம் மாத்திற விவகாத்தில் சந்தேகப்பட்டு காண்ட்ராக்ட்காரரை போலிஸ் பிடிச்சிட்டுப் போயிருச்சாம். டீ.வியில சொன்னாங்களாம்".

அவனுக்கு பகீர் என்றது. எதுவும் புரியவில்லை. மெல்ல நகர்ந்தான் "இன்னிக்கு வயிற்றுப்பாட்டுக்கு ஏதாவது வழி பார்க்கணுமே".

மார்ச் 2017 கணையாழி

அப்பாவின் பயம்

மாப்பிள்ளை அழைப்பு தொடங்கிற்று. இன்னும் அப்பாவைக் காணோமே என்று குமரேசன் அங்குமிங்கும் தேடினான். மாமாவிடம் கேட்டான். "உடல் முடியாதவர். இவ்வளவு தூரம் நடந்து வரமுடியாதில்லை, மண்டபத்தில இருப்பார்" பதில் வந்தது.

ஆமாம் இதயநோயாளி இவ்வளவு தூரம் நடக்க சிரமம் தான். அதுவும் பேண்ட்மேள ஒலி அதிர்வும், நகரும் நியான்ஒளிவெள்ள பாய்ச்சலும் அவருக்கு ஒத்துக்காது. அவனுக்கு மனது ஒருநிலைப்படவில்லை. தான் இப்படி மாப்பிள்ளைக் கோலத்தில் ஒலி, ஒளி வெள்ளத்தில் இருவீட்டார், நண்பர்கள் சூழ ஊர்வலம் வருவதைப் பார்க்க அவருக்கும் ஆசை இருந்திருக்கும். அவர் நிச்சயம் வருவார்.

"உனக்கு ஒரு கல்யாணம் முடிஞ்சதுன்னா என் கடமை முடிஞ்சிரும்! துக்கிரி, போக்கிரியா திரியறவனுக்கெல்லாம் பொண்ணு அமைஞ்சிருது. களங்கமில்லா உனக்கு ஒரு நல்ல பொண்ணு அமையலையே!.

லட்சக்கணக்கில் சீர் சினத்தி செஞ்சு மூனு தங்கைமார்களை கரைசேர்க்க உதவுன உனக்கு ஒன்னும் அமையலையே உன் கல்யாணத்தை பார்க்காம கண்ணை மூடியிருவோன்னு பயமா இருக்கு" என்று அப்பா புலம்புவார்.

"சரிப்பா கவலைப்படாதீங்க பார்ப்போம் உங்க கண் முன்னாடியே நல்லது நடக்கும். முப்பதுவயது எனக்கு பெரிய வயசில்லை. தாமதமாகுதுன்னா நல்ல பொண்ணா அமையும்னு அர்த்தம்" என்று சொல்லும் போது அவனுக்குள் ஒரு சிரிப்பு எழுந்து அடங்கும். ஊரு உலகத்தில மகனுக்குதான் பெற்றோர் ஆறுதல் சொல்லுறது வழக்கம். நமக்கு நேர்மாறா இருக்கு அப்பா வருந்துறார். நமக்கும் வருத்தம்தான். வருத்தத்தை வெளியே காட்டினால் அப்பா நொந்து போவாரோ என்ற கலக்கம் தான்...

பேண்டு சத்தமும் சினிமா பாடலிசையும், நண்பர்களின் கேலிப்பேச்சுகளும், பொங்கிப்பாயும் ஒளிவெள்ளம் பட்டு அரும்பும் வியர்வைதுளிகளை துடைத்துவிடும் மைத்துனரும் சுற்றி இருக்க, முகத்தில் சிரித்த தோற்றம் இருந்தாலும் கடல் மேற்பரப்பிற்கு மாறாக உள்ளே ஆழத்தில் தனி உலகம் உயிர்ப்போடு இயங்கிக் கொண்டிருப்பது போல... அவன் மனதுக்குள்ளே அப்பாவைப் பற்றிய நினைவுகள் குமிழ்ந்து குமிழ்ந்து கொண்டே இருக்கின்றன.

அப்பாவுக்கும் இவனுக்கும் நாற்பதுவயது வித்தியாசம். இருந்தாலும் அப்பா பிள்ளை என்ற உறவுக்கு அப்பால் நண்பர்கள் போலவே நெருக்கமும், மரியாதையுமான இடைவெளி விட்ட நட்பும் பேச்சும் இருக்கும்.

இவனுக்கு இருபது வயதிருக்கும் போதே அம்மா இறந்து விட்டாள். தங்கச்சிமார்களுக்கு அப்பாதான் சமைக்க சொல்லிக் கொடுத்தார்.

"ஏப்பா எங்களோடயே இருக்கிங்க. எப்படி அரைமணி நேரத்தில் சமையலை முடிச்சிடுறீங்க. அம்மாவும் சரி மத்த பெண்களும் சரி நாள் முழுக்க சமையல் கட்டிலேயே கிடக்கிறாங்களே" கேட்டான்.

"சமைக்கிறதை விட பாத்திரம் கழுவுறதும், காய்கறிகள் நறுக்குவதும்தான் நேரம் பிடிக்கும். ஆண்கள் சட்டுபுட்டுன்னு முடிச்சிட்டு வெளியே வரப்பார்ப்பாங்க ஆனால் பெண்கள் ஒவ்வொரு வேலை செய்யும் போதும் அதோடு மனசுக்குள் பேசுவார்கள். எந்த பாத்திரம் எப்போது வாங்கியது அந்த காயை சமைக்க யார் எந்த சூழலில் சொல்லித் தந்தாங்க. அதன் ருசி என்ன அதை வீட்டில் இருப்பவர் எப்படி ரசிச்சு சாப்பிடுவாங்கன்னு அவங்க மனசுக்குள் பேசிகிட்டே இருப்பாங்க. சமையல்கட்டு அவர்களுக்கு இரண்டாவது தாய்வீடு அதில் இருப்பது அவங்களுக்கு பாதுகாப்பாகவும் நினைக்கிறாங்க. அதனால சமையல்கட்டிலிருந்து சீக்கிரம் விடுபடமுடியவில்லை. ஆனால் இந்தக்காலத்து பெண்கள் சமையல் கட்டுப் பக்கம் போகவே பயப்படுகிறார்கள்!" என்றார்.

அப்பாவும் மகனுமாகத்தான் அலைந்து திரிந்து மூன்று பெண்களுக்கும் கல்யாணம் செய்து வைத்தார்கள். தங்கைமார் கல்யாணத்திற்காக வீடு முதற்கொண்டு கைவசம் இருந்த

சொத்துக்களை எல்லாம் அவனுடைய சம்மதத்தின் பேரில்தான் அப்பா விற்று சீர்வரிசைகள் எல்லாம் செய்தார்.

இந்தச் சூழல்களில் அப்பா அவனிடம் கேட்டுருக்கிறார். இந்த மாதிரி சீர்வரிசை செய்யறோமே நீ உன் கல்யாணத்திற்கு இப்படி எதிர்பார்ப்பியா.."

"இல்லைப்பா, நிச்சயமா எதிர்பார்க்கலை. சீர்வரிசை பொருள்காட்சி மாதிரி பரப்பிக்கிட்டு அருவருப்பா இருக்கப்பா. நம்ம படுற கஷ்டம் இனியாரும் படக்கூடாது. அதற்காக நான் இந்த மாதிரி வரதட்சணை, சீர்வரிசை எல்லாம் விரும்பலை" என்று அவன் சொன்னதும் அப்பா அவனது இருகைகளையும் பற்றி கண்களில் ஒற்றி, அவனை அணைத்துக் கொண்டு விம்மினார்.

இன்னொரு சமயம் "ஏப்பா நீ யாரையாவது விரும்புரையா சொல்லு எந்த சாதியா இருந்தாலும் சரி நான் அவர்கள் வீட்டில பேசி முடித்து வைக்கிறேன்"

"இல்லப்பா, அம்மா இறந்தபின் நீங்க எங்களை பராமரிக்க சமையலிருந்து அனைத்தும் பார்த்து பார்த்து செய்யற நிலையில் காதல் அது இதுன்னு மனசில இல்லை. ஆனா எனக்கு எந்தப் பெண்ணையும் முடித்து வைத்தாலும் நான் திருப்தியான முறையில் குடும்பம் நடத்திருவேன். உங்க அன்பும் நடத்தையும் நிறைய கத்துக்குடுத்திருக்குப்பா!"

"ஏப்பா, கோவிச்சுக்காதிப்பா என் சூழ்நிலையில் என்னால செய்ய முடிஞ்சதை செஞ்சேன். ஆனால் மற்ற குடும்பத்து பிள்ளைகள் போல உங்களை வளர்க்க முடியலையேனு ஆதங்கம் இன்னிக்கு வரைக்கும் தீரலை! ஆனா ஒரு திருப்தி" அவன் நிமிர்ந்து பார்த்தான். மேற்கு வானம் மஞ்சள் பூசி விரிந்து படர்ந்திருந்தது. அப்பா தொடர்ந்தார்.

"ஆமாப்பா, நான்தான் ஐம்பது வருஷமா உக்காந்து உக்காந்து கணக்கு எழுதி எழுதி இடுப்பு கூன் விழுந்து விரல் தேய்ந்தேன். வியாபார கணக்கு புள்ளிவிபரம் தவிர வேற உலகம் எதுவும் அறிந்து கொள்ளாமல் முடங்கிப் போனேன். நீ வியாபாரம் தவிர்த்து தமிழ்வாத்தியார் வேலைக்கு போயிட்டே. அதுவும் சாதி மதங்களைப் பற்றி ராமலிங்க வள்ளலார் பாடியதை எல்லாம் மேடையில் நீ பேசுறதைக் கேட்கும்போது உடம்பு சிலிர்த்து பூரித்துப் போகிறது." அவன் தனக்குள் சிரித்துக் கொண்டான்.

"ஏப்பா எனக்கு ஒரு ஆசை. அதுவும் நிறைவேறாத ஆசை. மண்புழு கணக்காதான் தின்று கழித்த மண்ணையே திரும்ப திரும்ப தின்னு உழண்டு கிடக்கிறமாதிரி இல்லாம, காசு காசுன்னு திரியாம வேறொரு ஜாதியில நல்ல குடும்பத்து பொண்ணா பார்த்து உனக்கு கட்டி வைக்கணும்..." பெருமூச்சு விட்டு நிறுத்தினார். அவன் அவரை உற்றுப்பார்த்தான் நடந்து வந்தவர் மூச்சிறைக்க நின்றார். கால் தடுமாறியது. அவன் அவரை தாங்கி பிடித்துக் கொண்டான். மரத்திலிருந்து உதிர்ந்த இலை ஒன்று காற்றில் அங்குமிங்கும் அலைந்து மிதந்து தரையை நோக்கி வந்து கொண்டிருந்தது.

"அப்பா கொஞ்ச நேரம் அந்தக்கல்லில் உட்கார்ந்துட்டு வீட்டுக்கு போகலாம்பா" என்றான். இருவரும் உட்கார்ந்தார்கள்.

அவன் சொன்னான். "அப்பா இனிமேல் நான் இல்லாத சமயங்களில் வெளியே நடைக்கு வரவேண்டாம். வீட்டுக்குள்ளே நடந்து கொள்ளுங்கள்" என்று அவரது முகம் பார்த்தான்.

தலையசைத்து துண்டால் வியர்வை பிசுபிசுப்பை துடைத்தார். பேச்சை தொடர்ந்தார். "அப்படி, வேறசாதியில உனக்கு பெண் பார்த்தால் இந்த சாதியிலிருந்து உன்னை தள்ளி வைத்து விடுவார்கள். நீ உன் தங்கைமார்களுக்கு உதவவோ, அவர்களது வீட்டு விசேசங்களுக்கு ஒரு சகோதரனா கலந்துக்க முடியாதே.. என்ற கவலையில் தான் உயிரை பிடிச்சு வச்சிக்குனு இந்த பாழாய்ப் போன சாதியில பொண்ணு தேடிக்கிட்டுருக்கேன். எனக்குத்தான் துணிச்சல் இல்லை. நீயாவது..." என்று தொடரும் போது அவரது தொண்டையில் திணறல். அவன் அவரது நெஞ்சை தடவிக் கொடுத்தான்.

"வாப்பா இருட்டிகிட்டு வருது மெல்ல மெல்ல வீட்டுக்குப் பேரயிருவோம்" என்றார்.

"ஆட்டோ பிடிச்சுப் போவோமாப்பா" என்றான் அவன்.

"ஏப்பா இந்தா இருக்கிற வீடு, பத்து எட்டில மெல்ல போயிருவோம்பா" என்றார்.

நிச்சயதார்த்த ஓலை எழுதியபின் வரதட்சணை பிரச்சினையில் நின்று போன பெண் சம்பந்தம் வந்தது. அப்பா அவனிடம் சொன்னார். "தம்பி நீ அந்த பொண்ணை பாரு. அவங்க வீட்டுல சம்மதிச்சா அந்த பெண்ணிடம் பேசு. அந்தப் பொண்ணோட குண

பாவம், குடும்ப பழக்கங்கள் பிடிச்சிருந்தா... உன்னை அந்தப் பொண்ணுக்கும் பிடிச்சிருந்தா சம்பந்தம் பேசுவோம். ஏன்னா அந்தப் பொண்ணு கம்யூட்டர் என்ஜினியர் நீ தமிழ்வாத்தியார். இரண்டுபேரு சுபாவமும் வாழ்க்கைபாடும் ஒத்துப் போகனுமில்லை..."

அப்பா சொன்னபடியே அந்த என்ஜினியர் பெண்ணை பார்க்கப் போனான். அந்தப் பெண்ணின் அம்மா அப்பாவின் சம்மதத்தோடு தனியே சந்தித்து பேசினான். அறிமுகத்தின்போது அந்தப் பெண் இவனை 'ஸ்கூல் டீச்சரா? என்ற இளக்கார தொனியில் சொன்னது. அவனது மனதை சுட்டது. பட்டென்று "வருகிறேன்" என்று வந்துவிட்டான். அப்பாவிடம் சொன்னான். "விரலுக்குத் தகுந்த மோதிரம்தான் போடணும். வசதியான இடத்தில் உனக்கு பொண் பார்க்லைன்னு நீ நினைச்சுற கூடாது. நீ இதை எப்படி எடுத்து கொள்வியோ. உன் அனுபவத்திற்கே விட்டுவிட்டேன். இருந்தாலும் கோபிச்சுக்காதப்பா. அப்பாவுக்கு பட்டதை செய்தேன்". என்றபடி அவனது கைகளைப் பற்றிக் கொண்டார்.

அப்புறம் இவனைப் போலவே இரண்டு பெண்களும் ஒரு பையனும் உள்ள நடுத்தரக்குடும்பத்திலிருந்து சம்பந்தம் வந்தது. பொருளாதார சூழலில் இவனது குடும்பத்தை ஒத்தகுடும்பம். மூத்தபெண்ணுக்கு கல்யாணம் பண்ணியதில் மூச்சுவிடத் தடுமாறிய குடும்பத்தில் இரண்டாவது பெண். குணமும், பேச்சும் பாந்தமாக இருந்தது. பட்டப்படிப்பு முடித்து தனியார் நிறுவனத்தில் வேலை பார்க்கும் பெண். பெண்ணும் பெண் வீட்டாரும் இவர்களை மரியாதையாக நடத்திய எதர்த்த பாங்கு பிடித்துவிட்டது. திருமணம் ஆறுமாதம் கழித்து வைகாசியில் வைத்தால் கொஞ்சம் கைபுழக்கம் தாராளமாக இருக்கும் என்றார்கள் பெண் வீட்டார்.

"ஏன் இந்த தையிலேயே வைத்துக் கொள்வோம். பெரிய ஆடம்பரமெல்லாம் வேண்டாம். சிக்கனமாக முடித்துக் கொள்ளலாம். பெரிய அளவில் செலவுசெய்து இரு குடும்பத்தாரும் கைசுட்டுக் கொள்ளவேண்டாமே" என்றார் அப்பா. அவருக்கு வெகுசீக்கிரத்தில் முடித்தால் தேவலை என்று மனதில் பட்டது.

இப்படி ஏற்பாடு செய்யப்பட்ட கல்யாணம்தான் இது. எளிமையா செய்யலாம் என்ற அப்பாவின் விருப்பத்தை மீறி பெண்வீட்டார் தடபுடலான மாப்பிள்ளை அழைப்பு ஊர்வலத்தை ஏற்பாடு செய்து

விட்டனர். “அய்த்தான் என்ன யோசனை! உம்முன்னே வர்றீங்க” என்று மைத்துனன் உலுக்கினான். நினைவுக்கடலின் ஆழத்திலிருந்து நிகழ்வின் பரப்பிற்கு மீண்டான். “ஒன்னுமில்லத்தான்... அப்பா வரலையே, உடம்புக்கு முடியலையோன்னு நினைப்பு ஓடுச்சு. வேறொன்னுமில்லை.

“நீ வேற, மாப்பிள்ளை அழைப்பிலையே அவரு தேனிலவுக்கு பறந்திட்டாரு போலிருக்கு. முகம் சிரித்தபடி இருக்கு. தலை அசையுது. வெட்கம் தெரியுது நினைப்பு மட்டும் எங்கோ இருக்கு” என்று மைத்துனரின் நண்பன் நக்கல் செய்தான்.

“யேய் துணைமாப்பிள்ளை, உன்னையும் கவனிச்சேன். நீ விடற நூலில உன் தேனிலவு கண்டம் விட்டு கண்டம் போய் வருதே. துணை மாப்பிள்ளைக்கே இப்படின்னா, மாப்பிள்ளைக்கு எப்படி இருக்கும்” என்று இன்னொரு நண்பர் இருவரையும் கலாய்த்தான்.

பேண்டிசை ஒலிக்கு மீறி கேலியும் கிண்டலும் வார்த்தை ஜாலங்களும் தொடர்ந்தன. கல்யாண மண்டபம் நெருங்கிட பேண்டிசையில் குத்துப்பாடல்களும் குதூகலப்பட்டது. பெண்வீட்டார் தரப்பில் மைத்துனிமுறைப் பெண்கள் ஆரத்தீ எடுக்க தயார்நிலையில் நின்றார்கள். பார்வையிலும் பேச்சிலும் கேலி குமிழியிட்டு உற்சாகம் பொங்கியது. வாசலில் பெரியவர்கள் நின்றார்கள். இவனது இரு இளைய தங்கைமார்களும் ஊர்வலத்திலிருந்து விரைந்து சென்று வாசல் பெண்களோடு சேர்ந்து கொண்டார்கள். வாசலில் வானவில்வரவேற்பாக இருந்தது. அக்கூட்டத்தையும் தாண்டி இவனது கண்கள் ஊடுருவிய தேடலில் அப்பா தென்படவில்லை. இவனுக்கு மனதுக்குள் பழைய தந்தி ஒலியாய் லப்டப்பிட்டது. பூவும் காயுமாய் வாழை பூவிரித்து நிற்க, ஒளியில் வாழை இலை பச்சைகரங்களை அசைத்து அசைத்து வாழ்த்துவது போல் தோன்றியது. இவனது கண்களுக்கு வாழை இலைகரங்களின் கருநிழலும் தென்பட்டது கண்களும் மனதும் அப்பாவைத் தேடின. நலுங்கு பாடல் பாடி ஆரத்தி எடுத்த பெண்கள் தட்டில் விழும் பணத்தை எடுப்பதில் ஆர்வமாய் கேலியும் கெக்கலியுமாய் இருந்தனர்.

மண்டப வாசலில் மாமா நின்றிருந்தார். இவன் பார்வை உணர்ந்த மாமா, “குளிரா இருப்பதால் காலையில் முகூர்த்த நேரத்திற்கு வந்து

விடுவதாக" அப்பா சொன்னதாகச் சொன்னார். கொஞ்சம் ஆறுதலடைந்த அவன் கல்யாண கலகலப்பில் கரைந்தான்.

காலை ஏழுமணி முகூர்த்தம். மாப்பிள்ளையும் பெண்ணும் மணமேடையில் உட்கார்ந்து விட்டனர். இவனது பார்வை முழுதும் வாசலை நோக்கியே இருந்தது. முகத்தில் மகிழ்ச்சியை படரச் செய்ய முயன்றான். பரபரப்புதான் மிஞ்சியது. இதயம் திக்திக்கென்று அடிக்கும் சத்தம் கேட்டது. மாமா அவனருகே வந்து "அப்பா கிளம்பிட்டார். பெரிய அக்காவும், மாப்பிள்ளையும் துணைக்கு இருக்கிறாங்க. முகூர்த்தம் நெருங்கிவிட்டது. பதறாம நீங்க ஆகவேண்யதைப் பாருங்க. ஆசிர்வாதம் பண்ண அப்பா வந்திருவார்" என்றார். முகூர்த்த நேரம் முடியப்போகுதுன்னு பெண்வீட்டார் பரபரத்தார்கள். பெரியவர்கள் வாழ்த்தொலிக்க வாழ்வரசி பெண்கள் குலவைபோட கெட்டிமேளம் முழங்கியது. சன்னதம் வந்ததுபோல் சிலிர்த்து தாலிகட்டியதும் நிமிர்ந்தான். அச்சதை சாரலை விலக்கி சுற்றி இருப்பவர்களைப் பார்த்தான்.

மாமா குமரேசன் காதருகே கிசுகிசித்தார். "நேத்து சாய்ந்திரம் ஆறுமணிக்கே அப்பா சந்தோஷமா கண்ணை மூடிட்டார். நம்ம வீட்டுக்கு வாழ வரும் பொண்ணுக்கு மாமனாரை தின்னுட்டான்னு அவப்பேரு வந்துறக்கூடாது. துக்கத்தை மறைச்சு நடந்துக்கோ மத்த விவரம் பிறகு பேசுவோம்! இந்தா அப்பா எழுதின கடிதாசியை அப்புறமா படி" மாமா கொடுத்த கவரை வேகமாகப் பிரித்து, ஒரு தாளை விரித்தான். ஒரு எழுத்தோடு இன்னொரு எழுத்து நேசம் பிண்ணி இணைந்த அப்பாவின் கூட்டெழுத்துகள்.

"தம்பி குமரேசு. என் கடமை முடிந்தது. பயணமும் முடிந்தது. என் பொருட்டு முகூர்த்த வேலைகள் நிற்க வேண்டாம். வீட்டுக்கு வரும் மருமகளையும், உன் தங்கச்சிமார் குடும்பங்களையும் பார்த்துக்க. நான் போயிட்டு வர்றேன். எப்போதும் நான் உன்கூடவே இருப்பேன். கலங்கவேண்டாம். உனக்கு எல்லாமும் நல்லா அமையும். வேண்டும் கடவுள் துணை – அன்பு அப்பா. 28-01-2017"

அந்த தேதி மூன்று நாளுக்கு முந்தியது. அப்பாவின் மரணம் முன்னமே அவருக்கு தெரியுமா? அவன் பதறியபடி மாமாவை பார்த்தான். மாமா துண்டால் வாயை பொத்தியிருந்தார். அவரது கண்ணில் நீர் திரண்டிருந்தது.

18.03.2017 தினமணி கதிர்

கோழிகளால் ஒரு தாஜ்மகால்

சுப்பிரமணியபிள்ளை தயங்கி தயங்கி நின்றார். அலாவுதீன் ராவுத்தர் அவரை நிமிர்ந்து பார்த்தார். "என்ன கணக்குப்பிள்ளை மணி ஏழாயிருச்சில்ல. போயிட்டு வாங்க கணக்கு பதிவேடுகள் பத்திரம் பண்ணீட்டீங்கல்ல"

அதெல்லாம் வழக்கம் போல பத்திரப்படுத்திட்டேன்.... நாளான்னிக்கிலிருந்து மகள் கல்யாணத்திற்கு ஒருமாசம் லீவு கேட்டிருந்தேன்ல்ல.... லீவுல்ல போறதுக்கு முன்னால கணக்கில்ல சின்ன சந்தேகம்! அதை தெரிஞ்சிகிட்டா என் தரப்பில்ல சரி செய்யவேண்டியதை சரி செஞ்சிட்டு நிம்மதியா கல்யாண வேலையில இறங்கியிருவேன்...." "அல்லா, அல்லா, முப்பது வருஷமா கணக்குல எழுதிருங்க உங்க கணக்கில்ல எனக்கே சந்தேகம் இல்லை. உங்களுக்கு என்ன சந்தேகம்! சொல்லுங்க மாமு!" என்று சொன்னவர். சட்டென்று நாக்கைக்கடித்தவர். இரண்டு விநாடிகள் நிறுத்தி கடகடவென்று சிரித்தார். "முப்பது வருஷமான்னு நீங்க சொன்னதும் முப்பது வருஷத்துக்கு முந்தி நாங்க உங்களை மாமு என்று கூப்பிட்டதும் நீங்க எங்களை மாமுன்னு கூப்பிட்டதும் தன்னையறியாமல் நினைவுக்கு வந்துவிட்டது. இடையில யாரோ எங்கேயோ இடிச்சாங்கன்னு இங்கே நாம பகையா ஒதுங்கிட்டோம். சரி மாமுன்னே கூப்பிடுவோம். சொல்லுங்க மாமு நீங்க கணக்கு எழுதிறதில எங்களுக்கு சந்தேகம் இல்லை. எங்கிட்ட என்ன சந்தேகம் உங்களுக்கு!"

இல்லிங்க, ரொம்ப நாளா கேட்கலாமுன்னு நினைக்கிறது. அப்புறம் சாவகாசமா கேட்டுக்கலாமுன்னு வேலை நெருக்கடியில விட்டுர்றது. இன்னிக்கு ஷாஜகான் நம்ப கடைக்கு வந்து ரூபாய் கொடுத்துவிட்டு போகவும் அந்த சந்தேகம் ஒன்னுக்கு ரெண்டா மனசில தைச்சு நின்னுகிட்டு நகரமாட்டேங்குது! லீவுல போறதுக்கு முன்னாலே கேட்டு சரிபண்ணிட்டோம்னா நிம்மதியா இருக்கும்! உங்க சொந்த வரவு செலவுன்னா நான் கேட்கலை. கடை வரவு செலவுன்னா அதை விட்டுறக்கூடாதுன்னு நினைக்கிறேன். என்னை தப்பா நினைச்சுறாதீங்க பாய்!"

நம்பிக்கையா கணக்கு எழுதற மனுஷன் வாங்கிற சம்பளத்திற்கு பார்க்கிற வேலையில உள்ள பக்தியில கேட்கிறீங்க. நீங்க என்ன கேட்டாலும் நான் தெளிவு படுத்தித்தான் ஆகணும் மாமு! நானே மாமுன்னு கூப்பிட்றேன். நீங்க இடையில வந்த பாய்ன்னு கூப்பிடறீங்க. சரி செத்த வெளியே காத்தாட உக்கார்ந்து பேசுவோம்" என்று அலாவுதீன் ராவுத்தர் தன்மருமகனை பலசரக்குமண்டி கல்லாவில் உட்காரச் சொல்லிவிட்டு வெளியே வந்தார். சுப்பிரமணியம்பிள்ளை கடையில் மாட்டியிருந்த சேவலும் ஏழு கோழிக்குஞ்சுகளும் உள்ள போட்டோவை பார்த்துவிட்டு பின் தொடர்ந்தார். வெளியே நூறடி தூரத்தில் ஒரு வேப்ப மரத்தின் கீழ் இருந்த டீக்கடை முன்நின்றனர். இருவருக்கும் டீ சொன்னார். சனிக்கிழமை முன்னிரவு சாலையில் ஆள்நடமாட்டம் குறைவாக இருந்தது.

"வாங்க மாமு பேசிக்கிட்டே நடப்போம்" என்றார் அலாவூதின் ராவுத்தர். இருவரும் சமமாக நின்று டீ குடித்து, சேர்ந்து நடந்தது வெகு காலமாகியிருந்தது. மாமு என்பின்னால வந்தால் எப்படி பேசுறது? என் பக்கத்தில வாங்க" என்று நடை வேகத்தைக் குறைத்தார். சுப்பிரமணியம், ராவுத்தரின் வலப்புறம் வந்தார்.

"சொல்லுங்க மாமு என்ன அந்த ரெண்டு சந்தேகம்....!" பழைய வாஞ்சையும் நட்பும் உறவும் மாறிய நிலையில் வேலை நிமித்தமான தொடர்பால் 'பாய்' என்ற விளிப்பை மீறி மீண்டும் மாமு என்று விளிக்க மனதுள் ஆசையிருந்தாலும் பழக்க தோசத்தில் தடுமாறி இரண்டு விளிப்புமின்றி சுப்பிரமணியம் பேசலானார்.

ஷாஜஹான்பாய் வரும்போதெல்லாம் கல்லாவிலிருந்து பணம் தருகிறீர்கள். எந்தக்கணக்கில் எழுதுவதென்பதை சொல்லுவதில்லை. பணத்தைத் திரும்பித் தரும் போதும் எந்தக் கணக்கில் வரவு வைப்பது என்பதையும் சொல்லுவதிலலை. அந்தத் தொகையை எப்படி கணக்கில் கொண்டு வருவது? அவருக்கு கொடுக்கும்போதும் அவர் திரும்பக் கொடுக்கும்போதும் அந்தத் தொகை என்னவாகிறது? ஒரு பைசா விட்டு விடாமல் கணக்கில் கொண்டு வரும் உங்கள் வரவு செலவில் ஷாஜஹான் வரவு செலவு மட்டும் எதிலும் பதிவாவதில்லை என்பது எனக்கு புதிராகவே இருக்கிறது. அப்புறம் இன்னொரு சந்தேகம். ஹஜ்யாத்திரைக்கு போகிறவர்களுக்கு நன்கொடை கொடுக்கும் கணக்கெல்லாம் பராமரிக்கிற நீங்கள் உங்கள் கடையில் மக்கா மதினா படங்களை வைக்காமல் ஒரு

சேவலும் பல கோழிக்குஞ்சுகளும் படத்திற்கு சாம்பிராணிபுகை காட்டி, ஊதுவத்தி கொளுத்தி வைக்கிறீர்களே!"

அலாவுதீன் ராவுத்தர் கடகடவென்று வாய்விட்டு சிரித்தார். சுப்பிரமணியத்திற்கு மனம் திடுக்கிட்டது. தவறான கேள்விகளைக் கேட்டுவிட்டோமோ....! இவரு கோபத்தைக் காட்ட முடியாமல் சிரித்து வெளிப்படுத்துகிறாரோ... என்ற அச்சம் முகமெங்கும் விரவி உடல் சில்லிட்டது.

"அல்லா, அல்லா" என்று சொல்லியவாறே நேர்த்தியாக ஒழுங்கமைந்த தாடியை விரல்களால் வருடினார்.

"மாமு, இரண்டு சந்தேகமும் நியாயமானதுதான். அது உங்கள் தொழில் பக்தியினால் வந்த சந்தேகம். இப்படி ஒரு சந்தேகம் உங்களுக்கு வரலைன்னா உங்களை பழையபடி மாமுன்னு கூப்பிட்டிருக்க மாட்டேன். முப்பது வருஷத்துக்கு முந்தி எந்த வாஞ்சையில் வேலையில் சேர்ந்து சம்பளம் வாங்கினாலும் அந்த வாஞ்சை மாறாமல் வேலை பார்க்கிற உங்களது கேள்விக்கு பதில் சொல்லவேண்டியது என் கடமை!" சுப்பிரமணியம் குறுகிப் போயிருந்தவர் நெளிந்து நிமிர்ந்தார். மரங்களில் பறவைகளின் ஓசைகள் அடங்கியிருந்தன. காற்று மெல்ல வீசியது. புழுக்கம் தளர்ந்தது. உதிர்ந்த வேப்பம் பூக்கள் கால்களுக்கு இதமாக ஒத்தடம் கொடுத்தன. அலாவுதின் ராவுத்தார் தொடர்ந்தார்.

"மாமு, நீங்க கேட்ட ரெண்டு விஷயமும் ஒன்னுக்குள்ளே ஒன்னு தான்" சுப்பிரமணியன் ஆச்சர்யத்தோடு ராவுத்தரை பார்த்தார்.

"மாமு உங்களுக்கு ஞாபகமிருக்கும்னு நினைக்கிறேன். இருபது வருஷத்துக்கு முந்தி ஷாஜஹான் நம்ம கடையிலதான் வேலைபார்த்தான். குடோன் பொறுப்பு அவன்கிட்டதான் இருந்தது. அரிசிபருப்பு சீனின்னு பலசரக்குகளை இறக்குறதும், சிறுவியாபாரிகளுக்கு சரக்கை சிட்டை பார்த்து ஏற்றி அனுப்புறதும் அவன் வேலை! பொறுப்பா பார்த்துகிட்டு இருந்தான். அவங்க அம்மா அவனுக்கு நிஹ்ஹா பண்ணி வைக்கனும் நல்ல சம்பந்தங்கள் வருதுன்னு சொன்னது. சரி சுறுசுறுப்பான பையன். ஐடிஐயில படிச்சவன் எலக்ட்ரிக்வேலை தெரிஞ்சவன். எலக்ட்ரிக் காண்ட்டிராக்ட் எடுத்தான்ன பெரிய ஆளா வருவான்னு நான் தான் அப்போ அவனுக்கு பத்தாயிரம் ரூபாய் கொடுத்து ஒரு எலக்ட்ரிக் காண்ட்ராக்டர்கிட்ட வேலையிலையும் சேர்த்து விட்டேன். பையன்

வேலையை கத்துகிட்டு சின்ன சின்ன வீட்டு வேலைகள் செஞ்சு பெரிய ஆளாயிட்டான்.

குடும்பத்தில இரண்டு ஆம்பளைப் பிள்ளைக ரெண்டு பொம்பளைப் பிள்ளைகன்னு உண்டாயிருச்சு. அவன் சம்சாரம் ஐந்தாவது குழந்தை பிரசவத்தில் ஏற்பட்ட சிக்கல்ல தாயும் பிள்ளையும் செத்து போனாங்க சந்தோஷமாயிருந்த அவன் குடும்பம் சோகத்தில் தவிக்க ஆரம்பிச்சிருச்சு. நாலுபிள்ளைகளை பராமரிக்கவும் முடியாமல் வேலையிலும் கவனமில்லாமல் பய பெரும்பாடு பட்டான். அம்மா அவனை இன்னொரு கல்யாணம் பண்ணிக்கச் சொல்லி வற்புறுத்திச்சு. அவன் மறுத்துவிட்டான். வீட்டில் தினம் சண்டை. கிழவி பேரப்பிள்ளைகளை கவனிக்காதுன்னு பயந்துகிட்டு வேலைக்குப் போகாம கடனை வாங்கி செலவு பண்ணிக்கிட்டு இருந்தான். அவங்கம்மா என்கிட்ட வந்து அழுது புலம்பிச்சு. நான் சொன்னால் அவன் கேட்பான்னு என்னை வலிய அழைத்துப் போனது.

ஷாஜஹானைப் பார்த்தேன். பிள்ளைகளுக்கு சோறூட்டிக் கொண்டிருந்தான். நல்லசந்தன நிறத்திலிருந்தவன் கருத்துப்போய் கண்ணெல்லாம் குழி விழுந்து முகத்தில் தாடி மண்டி போயிருந்தான். இங்கே என்கிட்ட வேலை பார்க்கும்போது கெளித்திமீன் மாதிரி துறுதுறுன்னு இருந்தவன் நடைகருவாடாகி இருந்தான். எனக்கு மனசு பகீர் என்றது. அவனைப் பார்த்ததும் எனக்கு பேச வரவில்லை. தொண்டை இறுகி நாக்கு எந்திருக்க்கலை. மாலை மாலையாய் கண்ணீர் பொங்கி வழியுது. எங்கத்தா, உம்மா மவுத்தானப்ப கூட நான் அப்படி கண்ணீர் விடலை. என்னைப் பார்த்ததும் சட்டுன்னு எந்திரிச்சான். மரியாதையாக சலாம் சொல்லி சேரில் உட்கார சொன்னான். சாயா போட்டுத்தரவா என்று கேட்டான். நான் அவனைக் கட்டித் தழுவினேன். பேசவும் முடியவிலலை. அவங்க அம்மா குரல் கேட்டுதான் இயல்புக்கு வந்தேன். பிள்ளைகள் என்னை பார்த்த பார்வை என் மனசெல்லாம் உருகி விட்டது. அவர்களைத் தொட்டு தலையைக் கோதி பள்ளிக்கூடம் போறீங்களா, என்ன படிக்கறீங்கன்னு பேசப் பேசத்தான் எனக்கே தன்பாவம் வந்தது.

அவங்க அம்மாவின் முகத்தையும், என் முகத்தையும் பார்த்தவன் நான் எதற்காக வந்திருக்கிறேன் என்று புரிந்து கொண்டான். நான் அவனிடம் எதையும் பேசத் தொடங்கவில்லை. பிள்ளைகளை

ஒருபார்வை பார்த்து விட்டு மறுகணம் என்னை ஊடுருவிப் பார்த்தான். எனக்கு மனசு வலித்தது. என்னால் எதுவும் பேசமுடியவில்லை. இரண்டு வயசு பெண்பிள்ளையைத் தூக்கிகிட்டு வீட்டுக் கொல்லைப்புறம் நோக்கி வேகமாக நடந்தான் மற்ற மூன்று பிள்ளைகளும் அவன் பின்னாலே போயின. என் கால்களும் பின் தொடர்ந்தன.

கொல்லையில் ஏழு கோழிக்குஞ்சுகள் மேய்ந்து கொண்டிருந்தன. அவற்றின் பக்கத்தில் சேவல் மேயாமல் குஞ்சுகளைப் பார்த்துக் கொண்டும் சுற்றிலும் வேறு பறவைகள், ஏதும் வருகின்றனவா என தலையை விடைத்து விடைத்து பார்த்துக் கொண்டும் இருந்தது. ஷாஜஹான் என்னைப் பார்த்தவன் மூசுமூசு என்று பெருமூச்சு விட்டவன் குழந்தையை கீழே இறக்கி விட்டு "இங்க பாருங்க பாய்.... இந்த சேவலுக்கு இருக்கிற அறிவு கூட மனுஷனுக்கு வேணாம்? இந்தக் குஞ்சுகளின் தாய்கோழி பைக்கில் அடிபட்டு செத்திருச்சு. இந்த சேவல் தாயில்லா இந்தக் குஞ்சுகளை பராமரிச்சு வளர்க்கிறதை பார்க்கிற நான் எவளோ பணக்கார பொண்ணு இருக்கான்னு அவளைக் கட்டிகிட்டு நாம்பெத்த பிள்ளைகளை அம்போன்னு விடமுடியுமா... ஒரு மனுஷனா இருந்து அல்லா மேல ஆணையா சொல்லுங்க பாய்! என்னை நரகத்தில தள்ள நினைக்கறாளே எங்கம்மா, நீங்களே சொல்லுங்க பாய்! இப்படி சூழ்நிலையில நீங்க நிஹ்ஹா செய்வீங்களா பாய்!" என்று மனசு உடைந்து கதறினான். அவனை எப்படி தேற்றுவது என்றே தெரியவில்லை. நான் அவனைக் கட்டித் தழுவி என் தோளில் சாய்த்துக் கொண்டேன். பிள்ளைகளும் அழத்தொடங்கின. பிள்ளைகள் சத்தம் கேட்டதும் அவன் அழுகையும் விம்மலும் நின்று என்னிடமிருந்து விலகி கீழே குனிந்து பிள்ளைகளை சமாதானம் செய்தான். அவனது அம்மா கல்லாக உறைந்து நின்றிருந்தது. கண்களில் கண்ணீர் வழிந்து கொண்டிருந்தது.

ஷாஜஹானிடம் பேசினேன். "உனக்கு பிடிக்கவில்லை என்றால் நீ இன்னொரு நிஹ்ஹா பண்ண வேண்டாம். எங்கள் வீட்டில் வேலைபார்க்கும் சாவித்திரிங்கிற வேலைக்காரம்மாளை அனுப்புறேன். அந்த அம்மா குழந்கைகளை நல்லா பார்த்துக்கும். ஸ்கூலுக்கும் அனுப்பி வைக்கும். பிள்ளைகளைப் பத்திய கவலை இனி இருக்காது. நீ பழையபடி வேலைக்குப்போ. உன் சம்பாத்தியத்தில் தான் இந்த நாலு பிள்ளைகளை அல்லா

கருணையால கரைசேர்க்கணும். உனக்கு என்ன பிரச்சினைன்னாலும், எவ்வளவு பணம் வேணும்னாலும் நீ எப்பவேணாலும் கடையில வந்து வாங்கிட்டுப்போ. முடிஞ்சப்ப திருப்பிக்குடு! அம்மாவும் உன்னை நிஹ்ஹாவுக்கு வற்புறுத்தாது. அவங்க இருக்கிறவரைக்கும் உனக்கும் உன் பிள்ளைகளுக்கும் துணையாய் இருப்பாங்க. என்னம்மா நான் சொல்றது சரிதானே?" என்று அந்தம்மாவையும் ஷாஜஹானையும் பார்த்தேன். "அல்லா புண்ணியத்தில் நல்லதே நடக்கட்டும்" என்றது அம்மா. ஷாஜஹான் கண்களில் வெளிச்சம் மின்னியது.

சாவித்திரியம்மா குழந்தைகளை நன்றாக பராமாரித்துக் கொண்டது. எங்கள் வீட்டிலேயே பலவருஷம் வேலைபார்த்த பழக்கம் என்பதால் ஷாஜஹானுக்கும் அந்தம்மாவின் சமையல் பக்குவம், பிள்ளைகள் பராமரிப்பு எல்லாம் பிடித்துப்போனது. ஷாஜஹான் தேறி தொழிலில்ல முன்னேறினான். பிள்ளைகள் படிப்பு, நிஹ்ஹான்னு பணம் தேவைப்படும்போது கேட்பான். பணம் கிடைக்கும்போது வந்து கொடுப்பான். அவனுக்கு கொடுக்கிற பணத்தை ஹஜ் பயணநன்கொடை செலவுன்னு எழுதியிருப்போம். அவன் பணத்தை திரும்பக் கொடுக்கும் போது ஹஜ்பயணநன்கொடை வரவுன்னு எழுதியிருப்போம். எந்த இடத்திலும் ஷாஜஹான் பெயரிருக்காது".

சுப்பிரமணியன் மனத்தில் ஹஜ்பயணநன்கொடை வரவு செலவு கணக்குபக்கங்கள் புரண்டன. அவரது பார்வை ராவுத்தர் முகத்தில் இருந்தாலும் மனசு பேரேட்டில் உலாவியது. உடல் சிலிர்த்தது.

"என்ன மாமு மௌனமாகிட்டீங்க..."

ஒன்னுமில்ல உங்க அத்தா இருந்தப்ப என் பையன் கொஞ்சம் செலவாளி. நீதான் அவனை பார்த்துகனும்னு சொன்னாரு. அவர் என்மேல வச்ச நம்பிக்கைக்கு ஏத்தமாதிரி ஒரு நாளாவது உங்க கிட்ட வரவு செலவு விஷயத்தில ஏதாவது கேட்டிருக்கமான்னு மனசு உறுத்திகிட்டே இருந்தது. அதான் கேட்டுட்டேன்". " மாமு, நீங்க கேட்டதுதான் சந்தோஷம்! எங்க அத்தா மவுத்தாகி இருபத்தஞ்சு வருஷமாச்சு. உங்களை நான் மரியாதைக்குறைவா நடத்தியிருக்கேனா? என்ன 1992 டிசம்பரில் நடந்த ஒரு விபரீதத்துக்கு பின்னாலிருந்து உங்களை மாமுன்னு கூப்பிடறதை விட்டுட்டு கணக்குப்பிள்ளைன்னு கூப்பிட ஆரம்பிச்சேன். நீங்க மனசில என்ன

நினைச்சிருப்பீங்களோ... வெளிய காட்டிக்கல்ல!. நீங்க பிரியப்படறவரைக்கும் கணக்குப் பிள்ளையா இருக்கட்டும் நாமலா அனுப்பக்கூடாதுன்னு முடிவா இருந்தேன். நீங்களும் உங்க தொழில் பக்தியை விட்டு பிசகலை. மற்றதை எதையும் எதிர்பார்க்காம வேலை பார்க்கிறீங்க. உங்களை பழையபடி மாமுன்னு மனசாரகூப்பிடனும்னு ஒரு சந்தர்ப்பத்தை எதிர்பர்த்தேன். நீங்க பழையதை எல்லாம் கிளறவும் என் மனசில இருந்தது எல்லாம் வெளியே வந்துருச்சு"

சுப்பிரமணியன் கண்ணில் நீர் பொங்க நெக்குருகி நின்றார்.

"சரிமாமு நீங்களும் முதலாளின்னு நினைக்காம பழைய மாதிரியே இருக்கலாம். என்ன மாமு சரிதானே!" சுப்பிரமணியன் அலாவுதின் தோளை மெல்லத் தொட்டார்.

வேப்பமரக் காற்று சிலுசிலுவென வீசியது. வேப்பம்பூக்கள் அவர்கள் மீது உதிர்ந்தன.

"சரி மாமு அந்த சேவல்-கோழிக்குஞ்சு போட்டோ விவரம் இப்போ ஓரளவுக்கு புரிஞ்சிருக்கணும். கணக்குப்பிள்ளை மனசிலேயே கண்க்கு போட்டுடுவீங்க இருந்தாலும் தெளிவா சொல்றேன்.

எனக்கு வரிசையா மூணு பெண்குழந்தைகள் பிறந்திருச்சு. எங்க உம்மா, சம்சாரம், சொந்த பந்தங்கள் எல்லாம் ஆண் வாரிசுக்காக இன்னொரு நிஹ்ஹா பண்ணிக்கணும்னும் வற்புறுத்தினாங்க. நான் மாட்டேனுட்டேன். என் கண்முன்னாலே ஷாஜஹான்தான் நின்னான். அவனது சேவலும் குஞ்சுகளும் மனசில மேய்ந்தன. உம்மாவும், என்பெஞ்சாதியும் கொடுத்த நெருக்கடிகள் உங்களுக்கும் தெரிந்திருக்கும். நம்மள்ள ரெண்டாம் தாரம் கட்டிக்கறது தப்பிலலையே..." என்றாள் உம்மா, "அந்த காலத்தில ஓயாமப் போர் நடந்துச்சு ஆம்பிள்ளைக எண்ணிக்கை குறைஞ்சிருச்சு. பொம்பளை எண்ணிக்கை கூடியிருச்சு சண்டைக்கு ஆம்பளைக தேவைப்பட்டாக. ஒவ்வொருத்தரும் இரண்டு மூணு நிஹ்ஹா பண்ணிக்கறது தப்பா இல்லை. இன்னிக்கு அப்படி இல்லையே, உம்மா!" என்று சொல்லியும் கேட்காமல் உம்மா சொன்னாள். இரண்டாம் தாரத்துக்கு ஒரு ஆண் குழந்தை அல்லா அருள் தருவார். நீ மறுக்காமல் நிஹ்ஹா செய்யணும். உன் பெஞ்சாதியே சொல்லும்

போது ஏன் நீ கேட்க மாட்டேங்கிற. ஜமாத்தில இருந்து சொல்ல வைக்கவா”

“உம்மா, குடும்பம் நான் தான் நடத்தணும். ஜமாத்காரங்க இல்ல! நான் இன்னும் எத்தனை நிஹ்ஹா பண்ணினாலும் எனக்கு பெண் பிள்ளைகள் தான் பிறக்கும்! எங்க அத்தா, உன்னையும் சித்தியையும் கட்டி எட்டு ஆம்பிள்ளைகளை பெத்தாரு. அல்லா அந்த கணக்கை நேர் செய்யத்தான் எனக்கு பொம்பளைப் பிள்ளைகளா பிறக்க வச்சிருக்காரு! உம்மா, பிள்ளைகள்ல ஆம்பளை என்ன பொம்பள என்ன? எனக்கு பொம்பளைப் பிள்ளைகளே போதும்னு சொல்லிட்டேன்! நான் பெற்ற பெண் பிள்ளைகளை வைராக்கியமா வளர்த்து நல்ல வாழ்க்கை அமைச்சுக் கொடுக்கணும்னு ஒவ்வொரு நிமிஷமும் மனசுல இருக்கணும்னுதான் ஷாஜஹான் வீட்டு சேவல் கோழிக்குஞ்சுக போட்டாவை மாட்டி இருக்கேன்!” என்று அலாவுதின் நிமிர்ந்தார்.

“அப்படி போடுரா மாப்பிள்ளை” என்று சொல்லி ராவுத்தர் தோளில் தட்ட ஆசை, ஆனால் சுப்பிரமணியம் அலாவுதினின் இடது தோளில் மெல்லதட்டி, அவரது கைகளைப் பற்றி குலுக்கினார்.

***07.05.2017* தினமணி கதிர்**

மானுட சமுத்திரம்

அம்மாவுக்கு இந்தப் பெண்ணை பார்க்கப் போகவே இஸ்டமில்லைதான். இதுவரைக்கும் மூனுவருஷமாய் கல்யாணமே வேண்டாம்னு பிடிவாதமாய் நின்றவன் இந்தப் பெண்ணை பிடிச்சிருக்கு. தனது வங்கியில் தனக்கு கீழே வேலை பார்க்கிற பெண் நல்ல பெண் என்கிறானே அவனது மனத்திருப்திக்காகப் பார்ப்போம். பிடிக்கலைன்னா, பிடிக்கலைன்னு சொல்லிருவோம் என்றுதான் அம்மா இந்தப் பெண்ணைப் பார்க்க ஒத்துக்கொண்டாள்.

காரை அவன்தான் ஓட்டினான். இந்தப் பெண் பற்றிய பேச்சைத் தொடங்கியதிலிருந்து அம்மாவுக்கும் மகனுக்கும் வாக்குவாதமும் தொடங்கியிருச்சு. போன திங்கள்கிழமை பேங்கிலிருந்து வந்ததும் சொன்னான். "அம்மா, எங்க பேங்கில கேஷியரா வேலை பார்க்கிறாள் அவளைப் பிடிச்சிருக்கும்மா. அவளை ஒருநாள் நீ வந்து பாரு. உனக்கும் பிடிக்கும். கல்யாணத்துக்கு ஏற்பாடு பண்ணலாம்" என்று குரலைக் குழைவாய் தயங்கித்தயங்கி சொன்னான்.

அம்மாவுக்கு 'கல்யாணத்துக்கு ஒத்துக்காதவன் பேசுறானேன்னு மகிழ்ச்சியாகவும் இருந்தது. அதேசமயம் எவளையோ ஒருத்தியைக் கல்யாணம் கட்டிவைன்னு வந்து நிற்கிறானேன்னு அதிர்ச்சியாகவும் இருந்தது. அம்மா மனதை பக்குவப்படுத்திக் கொண்டு உணர்வை வெளிக் காட்டாமல், "சந்தோசம்பா. அவள் என்ன ஜாதி, நம்ம ஜாதியா, அப்பா அம்மா என்ன செய்யிறாங்க? எங்கே இருக்காங்க?

"ஜாதி எல்லாம் தெரியாது. எங்க பேங்கில மூனு மாசத்திற்கு முன்னாலதான் புதுசா வேலைக்கு வந்தவ. அழகானவ. ஆடம்பரமில்லாதவ. தன் வேலைன்னு சீட்லையே கிடக்காம வங்கிக் வாடிக்கையாளர்கள் கேட்கிற உதவியை தட்டாமா செய்யிறா. தனது சீட்டை சேர்ந்தது இல்லாட்டியும் அடுத்தவங்களைக் கெஞ்சி உதவச் செய்கிறாள். ஒரு நிமிஷம் கூட சும்மா இருக்கமாட்டா.... துறுதுறுன்னு சிரிச்ச முகத்தோடு இருப்பா. யாருகிட்டேயும் வளவளப்பு இல்லை. அளவா பேசுவா.

தேவையானதை மட்டும் பேசுவா. வங்கி நேரம் முடிஞ்சதும் அடுத்த நிமிஷமே கிளம்பிடுவா. பேங்குள்ள புதுசா ஒரு தென்றல் காற்று நுழைந்து ஊடும்பாடுமா வீசுவது போல் இருப்பா" என்று அவனது மனதை வெளிப்படுத்தினான் அவன்.

"சரிப்பா, என்ன ஜாதி, குடும்பம் எப்படின்னு தெரியாம எப்படி? முதல்ல அவளைப் பற்றித் தெரிஞ்சுக்குவோம். அப்புறம் செய்வோம்" என்ற அம்மா மீது, அவனுக்கு கோபம் பொங்கியது.

"என்னம்மா ஜாதி ஜாதின்னு. நீங்க உங்க அத்தை மகனைத்தான் கட்டிகிட்டீங்க. அவரு ஆசைக்கொரு பொம்பளைப் பிள்ளை இல்லைன்னு உங்க சொந்த சித்தி மகளைக் கட்டிகிட்டு, உங்களையும் என்னையும் நடுத்தெருவில விட்டுவிட்டார். சரி சொந்த ஜாதிக்காரங்க யாராவது அவரைத்தட்டிக் கேட்டாங்களா, பன்னெண்டு வயது மகனை நிர்க்கதியாய் விட்டுட்டோம்னு அவருக்கும் குற்றவுணர்வாவது. இருந்ததா? உங்க சித்தி மக, உனக்கு தங்கச்சி தானே நம்மால நம்ம அக்கா வாழ்க்கை கெட்டுப் போச்சேன்னு அவங்களுக்கு எதாவது, பாசம், பரிவு, இரக்கம்ன்னு இருந்ததா? சரி பொம்பளைப் பிள்ளை பிறக்கலையேன்னு கட்டின பொண்டாட்டி பிள்ளையை நடுத்தெருவில விடறோமேன்னு மனசு உறுத்தல் அவருக்கு இருந்ததா? பொம்பளை பிள்ளை பாசம், தாய்ப் பொம்பளையை நட்டாற்றில விடுமா? சாதி, பாசம்ன்னு வேசம் போட்டது போதும்மா..." என்று பொங்கினான் அவன்.

அதிர்ந்து பேசாத மகனிடம் இவ்வளவு குமுறல், மனக்கொந்தளிப்பு இருக்கிறதே!. அவன் பேசுவதிலும் நியாயம் இருக்கிறதே! அம்மாவின் வாய் அடைத்துப் போனது. அவன் இன்னும் ஆவேசமாகிவிடக்கூடாது என்பதற்காக மென்மையாக அவனது கைகளைப் பற்றி தோளில் தட்டி ஆசுவாசப்படுத்தினாள்.

"சரி, பார்ப்போம். ஒரு நாளைக்கு முருகன் கோயிலுக்கு வரச்சொல்லு".

"அம்மா கோயில்லப் பார்க்கிறது, சினிமா கொட்டகையிலப் பார்க்கிறது இதெல்லாம் சரியாக இருக்காது. வாங்க, வீட்லைப் போய் பார்ப்போம்" என்றான் அவன்.

"ஆமாம் அதுவும் நல்ல விஷயம்தான். வீட்ல பார்த்தால் அந்தப் பெண்ணைப் பற்றியும் குடும்பத்தையும் பற்றியும்

தெரிஞ்சிக்கலாம்தான். ஆனால் நாம வீடேறிப்போய் பார்த்ததுக்குப் பின்னால பிடிக்கலைன்னா ஒரே இடத்தில வேலை பார்க்கிறவங்களுக்குள்ளே மனக்கசப்பு வந்துறக்கூடாதுல்ல. அதுக்காகத்தான் கோயில்லப் பார்ப்போம்னேன்".

"அம்மா என்னை உங்களுக்கு பிடிச்சிருக்குல்ல! எனக்கு பிடிச்சது உங்களுக்கும் பிடிக்கும் தானே" மகன் தன்னை சாமர்த்தியமாகப் பேசி மடக்குவது அவளுக்கு ஒரு வகையில் சந்தோஷமாக இருந்தது. ஏனெனில் அவன் எந்த விஷயத்தையும் அம்மாவிடம் இவ்வளவு நேரம் லாவகமாக பேசினதில்லை. ஆனால் சாதி தெரியாத கூட்டத்துக்குள்ளே மாட்டி மகன் வாழ்க்கையும், காலம்போன காலத்தில தனக்கும் நிம்மதியில்லாமப் போயிறக்கூடாது என்ற எண்ணம் சுட்டது.

"சரி, வீட்லையே பார்க்கலாம். நாளைக்கு ஞாயிற்றுக்கிழமை தான். எல்லாருக்கும் லீவுநாள். காலையில பதினொரு மணிக்கு அவங்க வீட்டுக்கு வர்றோம்னு அவங்க அப்பாகிட்டே சொல்லியிரு.

ஆமாம் அவங்க அப்பா என்ன வேலை செய்யிறாரு. அவங்க அம்மா என்ன செய்யிறாங்கன்னு சொல்லவே இல்லையே!".

அம்மா, அந்தப் பெண்ணோட அம்மா, அவ பிளஸ்டு படிக்கும்போதே உடம்புக்கு முடியாம இறந்திருச்சாம். அவங்க அப்பா இங்கதான் ஒரு ஜவுளிக்கடையில அக்கவுண்டண்டா இருக்காரு"

"ஏப்பா இதை முதல்லையே சொல்லலை? "வயசுக்கு வந்த பருவத்தில அம்மா இல்லாம வளர்ந்த பிள்ளை எப்படி வளர்ந்ததோ, குணம் எப்படியோ அப்பா எப்படியோ? கூடப்பிறந்தவங்க யாருமில்லைங்கிற, என்னப்பா நான் பட்டது போதாதா. நீயுமா இப்படி இடியப்ப சிக்கல்ல மாட்டிக்கணும்."

"அம்மா, அப்படி எல்லாம் இல்லம்மா. அந்தப் பெண்ணோட குணம், நடத்தை, வேலை பார்க்கிற அக்கறை, அடுத்தவங்களோட பேசும் நாசூக்கு எல்லாம் வந்து பாரு. பார்த்துட்டுப் பேசு" என்று குரல் உயர்த்தினான்.

'ச்சே இவனைக் கொஞ்சம் விட்டுத்தான் பிடிக்கணும். இவன் போக்கில போய்தான் திருப்பனும்னு'. மனசுக்குள் நினைத்துக்

கொண்ட அம்மா "சரிப்பா, ஏன் ஆவேசப் படறே. நாம நாளைக்கு காலையில பதினோரு மணிக்குப் போகிறோம். தகவல் சொல்லிரு".

இப்போது பெண்பார்க்க போய் கொண்டிருக்கிறார்கள். கார் கடந்து போகும் ஒவ்வொரு முக்கிய சாலை சந்திப்பு, பேருந்து நிறுத்தத்திலும் அம்மா யாரையோ இடது ஜன்னல் வழியே தேடினாள். பார்வை உற்று ஊடுருவி வெளியெ செல்லும், தேடிய நபர் இல்லாதது கண்டு சோர்வாக, பெருமூச்சோடு உள்ளே திரும்புவது, கடல் அலை கரையோரம் மகிழ்ச்சி பொங்கித் தேடிவந்துவிட்டு உற்சாகமின்றி கடலுக்குத் திரும்புவது போலிருந்தது. அவன் உள் கண்ணாடி மூலம் கவனித்தான். "என்னம்மா யாரைத் தேடுறீங்க. யாரையும் வரச் சொல்லிருக்கிங்களா?"

"உங்கப்பா வர்றேன்னாரு! அவன் அதிர்ச்சியை வெளியே காட்டாமல் காரை ஓரமாக நிறுத்தினாள். "என்னம்மா, ஏன் அவரை கூப்பிட்டீங்க. நம்மலை அனாதையாக்கிட்டு போனவர்கிட்ட ஏன் பேசுறீங்க".

"இல்லப்பா அவரத்தான் இன்னிக்கு காலையில போன்ல பேசி அழுதாரு. பரிதாபமா இருந்தது. நான் தான் நாம போற இடத்து விலாசம் சொல்லி வரச் சொன்னேன்."

"அம்மா அங்கே வந்து அவரு எதாவது பேசி கலாட்டா பண்ணினா உங்க ரெண்டுபேரையும் விட்டுட்டு நான் கிளம்பிடுவேன். அப்புறம் வருத்தப்படக்கூடாது!" என்று வண்டியைக்கிளப்பினான். வண்டி அதிர்ந்தது.

"அவரு ஒன்னும் பேசமாட்டாரு. உன் கல்யாண நேரத்தில அப்பா ஸ்தானத்தில நிற்பாரு. உன் விஷயத்தில தலையிடமாட்டாரு. அப்பா உள்ளூரில் இருந்தும் அவர் வரலைன்னா, என்னைப் பத்திதான் இந்த உலகம் தப்பாப்பேசும்! அவரு ஆளோட ஆளா இருப்பாரு. அவரு ஒன்னும் பேசக்கூடாதுன்னு சொல்லிட்டேன்".

"அம்மா, இந்த நாடகம்லாம் வேணாம். அங்கே வந்தா அவரும் எதுவும் பேசக்கூடாது. நானும் அவருகிட்ட எதுவும் பேசமாட்டேன்"

கார் ஊரின் தெற்குப் பகுதியில் உள்ள கண்ணகி நகருக்குப் போனது. கீழ்நடுத்தரப்பகுதிமக்கள் வாழும் பகுதி. ஜன நெருக்கம் அதிகம் இருந்தது. தெருவின் இருபுறமும் பலசரக்குக் கடைகள்,

கறிக்கடை, மீன்கடை, பால்கடை, காய்கனிக்கடை இப்படி எல்லாக் கடைகளிலும் ஆள்கள் நின்றிருந்தனர்.

முக்கிய சாலையிலுருந்து இடதுபுறம் திரும்பி இருபதடி சாலையில் வண்டி மெல்ல ஊர்ந்தது.

இடப்புறம் ஆள் நடமாட்டம் குறைவான இடத்தில் வண்டியை நிறுத்தி அலைப்பேசியில் தெரு வரைப்படம், அவளது இருப்பிடம் தேடி, தான் நுழைந்த தெருவை உறுதிபடுத்திக் கொண்டான். மெல்ல நகர்ந்தான். “ஈயாட்டம் ஜனங்க மொய்ச்சுக்கிடக்குது. சேறும் சகதியுமாய் இருக்கு” என்று அம்மா முனங்கினாள். அவனது கூர் செவியில் பட்டுவிட்டது. “சேத்திலதானம்மா நெல்லு விளையுது!”.

“ஆமாம், நான் தெருவைத்தான் சொன்னேன்” என்றாள். வண்டியை ஒரு ஓரமாய் நிற்கும் இடம் தேடி நிறுத்தினான். அவர்கள் வலதுபுறம் தெற்கு நோக்கிச் செல்லும் ஒரு பத்தடி குறுக்குத் தெருவுக்குள் போக வேண்டும். முதல் நாள் பெய்த மழையின் நசநசப்பு தெருவெங்கும் தென்பட்டது. வேட்டிகட்டி பழக்கமில்லாதவன் வேட்டியை சரி செய்து கொண்டு மெல்ல இறங்கினான். அம்மாவும் கொண்டு வந்திருந்த பூ, பழம், இனிப்பு பைகளோடு மனதிலுள்ள சிந்தனையை மறைத்து முகத்தில் புன்னகையை வரவழைத்துக் கொண்டு இறங்கி அவனருகில் நின்றாள். இருவரும் சாலையைக் கடந்து காந்தி தெருவுக்குள் நுழைய இருந்த தருணம். பதினைந்துவயது மதிக்கத்தக்க இரு மாணவர்களும், மாணவிகளும் “சார் செல்வியக்கா வீட்டுக்கா....” என்று புன்னகை பூக்க கேட்டனர். அவன் தலையசைத்தான். “வாங்க, நாங்க கூட்டிட்டுப் போறோம்” என்றனர். அவர்களுள் இருபெண்கள் அம்மாவிடம் “ஆன்ட்டி அந்த பைகளைக் கொடுங்க நாங்க கொண்டு வர்றோம்” என்று இரு பைகளை வாங்கி கொண்டனர். அம்மா பூ பையோடு நடந்தாள். இன்னும் நாலு பேர் எதிர்சேவை செய்வது போல் எதிர்கொண்டு வணங்கி அழைத்துச் சென்றனர். தெருவின் இருபுறமும் இடைவெளி விடாது அடுக்கிய தீப்பெட்டிகள்போல நெருக்கமாய் வீடுகள் இருந்தன. வீடுகள் முன்பாக இரு சக்கர வாகனங்கள் நின்றிருந்தன. சிறுபிள்ளைகள் அங்குமிங்குமாக பட்டுப்பூச்சி போல் விளையாடித்திரிந்தன. இருபக்கமும் வீட்டுப்பெண்கள் இவர்கள் நடந்து போவதைப் பார்த்து மெல்ல முறுவல் பூத்தனர். அவனுக்கு கூச்சமாக இருந்தது. புது அனுபவம்

வேட்டி தரையில் இழுபடாமல் மெல்ல நடந்தான். இருபுறமும் பார்த்துக் கொண்டே அடிக்கடி பின்னால திரும்பிப் பார்த்தபடியும் அம்மா பின் தொடர்ந்தாள். அவள் இருபது வருடமாய் விலகிய ஜனங்களின் நேசப் பார்வை.

அவனிடம் எதாவது பேசவேண்டுமே என்றுணர்ந்த பையன்கள். ‘அக்காவிடம்தான் டியூஷன் படிக்கிறோம். நீங்க அக்கா பேங்கிலதான் ஆபிஸரா? அக்கா கணக்கு சைன்ஸ் எல்லாம் நல்லா சொல்லித் தருவாங்க. டென்த்தில சென்டம் வாங்க வச்சிட்டாங்க. அக்கா சிரிச்சுகிட்டே சொல்லித் தருவாங்க. திட்டவே மாட்டாங்க. ஆனா, எங்களை நல்ல மார்க் வாங்க வச்சிருவாங்க” என்று பெண் பிள்ளைகள் சொன்னார்கள். தெருவின் இருபுறத்து வீட்டார்களின் வாய்மையான பார்வைகளின் குளிர்ச்சியில் பிள்ளைகளின் பேச்சுகள் நெகிழ்வூட்டின. அவளைக் கல்யாணம் பண்ணிக்கொண்டால் ஒவ்வொரு ஞாயிற்றுக்கிழமையும் காலை பதினொரு மணியிலிருந்து ஒரு மணி வரை இந்தத் தெரு பிள்ளைகளுக்கு சேவை செய்ய அனுமதிக்கணும். அவளது அப்பாவை தங்களுடனே தங்க ஒத்துக்கணும். அவருக்கு எந்த வகையிலும் மரியாதைக்குறைவு ஏற்படக்கூடாதுன்னு அவள் சொன்ன நிபந்தனைகள் நினைவுக்கு வந்தன. அவளது உயரம் கூடிக்கொண்டே போனது. அம்மா மௌனமாக முகத்தில் சிரிப்பை படரவிட்டபடி நடந்தாள.

அந்த வீட்டின்முன் இளம்பெண்கள் குழுமியிருந்தனர். அந்த வீடுதான் என்றுணர்ந்த அவன் நடையை இன்னும் மெதுவாகக்கினான. வேட்டி இடுப்பில் சரியாக இருக்கிறதா என்று அனிச்சையாக அவனது கைகள் சரிபார்த்தன. முகமெல்லாம் கூச்சம். கண்களைச் சுருக்கியது. கூடவந்த பிள்ளைகள் “இந்த வீடுதான் சார், அங்க நிற்கிற அக்காக்கள் அந்த தாத்தாவின் ஜவுளிக்கடையில வேலை பார்க்கிறவங்க” என்று ஒரு பெண் சொன்னாள். அவர்கள் ‘வெல்கம் சார்’ என்று மெல்லிய கோரஸாக இசைத்தனர். அந்தப்பெண்கள் இளம்பச்சைநிறத்தில் சேலை அணிந்திருந்தனர். கண்ணுக்கு குளுமையை ஊட்டியது. வாசல்படியில் ஒல்லியாக ஒரு பெரியவர் இரு கைகளையும் கூப்பி, “வாங்க, வாங்கத் தம்பி, வாங்க அம்மா” என்றார். அவர்தான் அவளின் அப்பாவாக இருக்கக்கூடும் என்று யூகித்தான். மெல்லிய தேகம், உறுத்தாத வெள்ளை ஆடை, கவலை தோய்ந்த முகத்தில் அங்கங்கே மகிழ்ச்சியின் குமிழ்கள் பளிச்சிட்டன. அவளுக்குப் பின் கைகூப்பியபடி நான்கைந்து

ஆண்களும், பெண்களும் ஒளிர்ந்த முகத்தோடு நின்றனர். அவர்களுள் ஒருவயதானப் பெண் முன்வந்து அவனது அம்மாவை வணங்கி உள்ளே அழைத்து வந்தாள். இளம் பெண்கள் பன்னீரைத் தெளித்தனர். அவன் நெளிந்தபடி உள்ளே நுழைந்தான்.

அந்த வீடு ஒரு சின்ன காம்பவுண்ட்டில் இருந்தது. கிழக்குப் பார்த்த காம்பவுண்டில தென்புறமும் வடபுறமும் ஐந்தைந்து வீடுகள். வீடு என்றால் பத்துக்கு பதினைந்தில் ஒரு அறைதான். முன்னால் மூன்றடியில் ஒரு சின்ன வராந்தா. இரு வரிசைவீடுகளுக்கு நடுவே ஆறடி அகலத்தில் ஒரு நடைபாதை. இளம்பெண்கள் வரிசையாக நின்றார்கள். வீட்டுத்தோட்டத்தில் நட்ட செவ்வந்திப் பூச்செடிகள் மலர்ந்து நிற்பது போல இருந்தது. சிறு வரண்டாவில் யானைத் தந்த நிறத்தில் சேர்கள் போடபப்பட்டிருந்தன. அவளின் அப்பா அவனை உட்காரச் சொன்னார். கூடவே அக்காம்பவுண்ட் ஆண்களும் அவனுக்குத் துணையாக உட்கார்ந்தார்கள். அம்மாவுக்கு பேச்சுத்துணையாக அந்தப்பெண் வந்து ஒட்டிக் கொண்டது கொஞ்சம் ஆறுதலாக இருந்தது.

அம்மா அந்தப்பெண்ணிடம் கிசுகிசுத்தாள். அந்தப்பெண் அம்மாவை கழிப்பறைக்கு அழைத்துச் சென்றாள். ஒரு வரிசைக்கு இரு பொதுக்கழிப்பறை, குளியலறைகள் இருந்தன. ஓரளவு சுத்தமாகவே இருந்தன. அம்மா அந்தப்பெண்ணிடம் வாயைக் கிளறினாள். "ஏம்மா, இவுங்க என்ன ஜாதி? இந்தப் பொண்ணோட அம்மா, அப்பா குணமெல்லாம் எப்படி?"

"அம்மா, நாங்க பத்துவருஷமா இந்த காம்பவுண்டலதான் இருக்கோம். இந்தக் காம்பவுண்டில் பல தரத்தவங்க இருக்காங்க. நாங்க எல்லாரும் தாய் பிள்ளையாகத்தான் பழகுறோம். ஜாதி பார்க்கிறதில்லை. அவங்க அம்மா இருந்த போதும் சரி, இப்பவும் சரி அந்தப் பொண்ணு தங்கம்தான். எந்தக் குறையும் சொல்ல முடியாது. இங்க உள்ள பத்து வீட்டுக்கும் செல்விதான் மூத்த பொண்ணு மாதிரி! எங்க பிள்ளைகளை படிக்க வைக்கிறது, வேலைக்கு மனுப்போட்டு, வேலையில சேர்த்துவிடறது, எல்லாம் அந்தப் பொண்ணுதான். நல்லா படிச்சிருக்கிறோம். பேங்கில வேலை பார்க்கிறோம் என்ற கௌரதையோ, பந்தாவோ இல்ல. எல்லார்கிட்டேயும் சிரிச்ச முகத்தோடு பேசும். முகம் சுண்டியோ ஒரு கடுகடுத்த வார்த்தையோ அந்தப் பொண்ணுகிட்ட

பார்த்ததில்லை. இந்த பத்து வீட்டையும் புத்திமதியால பராமரிக்கிறது அந்தப் பெண்தான். அதனால இந்த பத்துவீட்டுக்காரங்க மட்டுமல்ல இந்த தெருவே இந்த பொண்ணுக்கு சொந்த பந்தங்கள்தான். எல்லாரும் வந்தா நிற்க இடமில்லைன்னுதான் அவங்க யாரும் உள்ளே வரலை...'' என்று அந்தப்பெண் சொல்லிக் கொண்டே போனாள்.

அந்தப்பெண்மணியிடம் எதுவும் கறக்க முடியலை என்ற ஏமாற்றத்தை மறைத்து குளியலறைக்குப் போய் வந்தாள் அம்மா. இந்த மனுஷன் வந்தா எதாவது பேசுவார்னு பார்த்தா வரலையே என்று மனதுக்குள் நினைத்தபடி வந்தாள். அம்மா வீட்டுக்குள் நுழையும் போது அவரும் வந்துவிட்டார். அவளது அப்பா எழுந்து வரவேற்றார். அவர் தான்தான் ''மாப்பிள்ளையின் அப்பா'' என்று அவராகவே அறிமுகப்படுத்திக் கொண்டார். அவனும் எழுந்து வரவேற்பது போல் தலையசைத்து ஒரு சேரைக் காட்டினான். அவனது அம்மா அவரைப் பார்த்ததும் முகத்தில் மகிழ்ச்சி தெரிந்தது. ஆனாலும் அம்மா மனசுக்குள் முனங்கினாள் 'நம்மலே இவன் மாப்பிள்ளை இவள்பொண்ணுன்னு முடிவு செய்யலை. இவரு திடீர்னு வந்து சொல்லி ஒட்றாரே'

செல்வியின் அப்பா, அவனது அப்பாவையும், அம்மாவையும் செல்வியிடம் அறிமுகப்படுத்தினார். அவள் அவர்கள் முன் குனிந்து வணங்கினாள். அவள் குனிந்து நிமிரும் போது அவளது முகத்தில் தென்பட்ட களையும், கனிவும் அம்மாவை நெகிழ்வித்தது. இறுக்கம் கரைந்தது. எல்லாரும் ஒரே மனித ஜாதியாயத் தெரிந்தார்கள்.

03.09.2017 தினமணி கதிர்

ஐந்தறிவு

கைப்பேசி ஒலித்தது அவன்தான் அழைக்கிறான். "என்னடா மச்சி! இப்பதான்டா உங்கவீட்டுக்கு வந்துட்டு எங்க வீட்டுக்குள்ளே நுழைகிறேன். என்னடா ஒரே பிசியா வீட்டில ஆளை பிடிக்க முடியலை! என்ற இவனை இடைமறித்து.

"நேர்ல சொல்றேன். வீட்டிலயே இரு. அஞ்சு நிமிசத்தில் வந்திர்றேன். ஒரு திரிலான புரோக்கிராம் இருக்கு" என்றான் அவன்.

இவன் வீட்டுக்குள் நுழைந்து உடை மாற்றுவதற்குள் கைப்பேசி அழைப்பு வந்துவிட்டது. உடைகளை மாற்றாமல் சரி செய்து கொண்டு முகத்தை மட்டும் கழுவிவிட்டு வறாந்தாவில் நின்றான். நான்கு மணிக்கே வெயிலின் தகிப்பு அடங்கலை. முன்பெல்லாம் ஒவ்வொரு வீட்டிற்கு முன்னும், பின்னும் வேம்பு, பலா, முருங்கை, மா, வாழை மரங்களில் ஏதாவது நிற்கும். கண்ணுக்கு இதமாக இருக்கும். குருவி, கிளிகள் கொஞ்சும் மொழிகள் மனசைக் குளிர்விக்கும் இப்பொழுது ஓரடி இடம்கூட காலியாக விட்டுவிடாமல் அதை மனைக்குள் அடக்கி வாடகை பார்க்கும் மனோபாவம் பெருகிவிட்டது. இவன் பள்ளியில் படிக்கும்போது இப்பகுதி ஒரு நடுத்தர கிராமமாக இருந்தது. இன்று நகரின் விரிவாக்கத்தில் முக்கியமான பகுதியாக மாறிவிட்டது. இவனது வீட்டின் முன்னால் ஆடு, மாடு, கோழிகள் மட்டுமல்ல கழுதைகளும் கூட தெருக்களில் திரியும். இப்போது இவற்றை பார்க்கிறதே அரிதாக இருக்கிறது. அவனது வீடும் கூட மாறி இருக்கிறது. இவன் வருடத்துக்கு ஒருமுறை தான் வரமுடிகிறது. வரும்போது தெருக்களின் முகம் மாறிக்கொண்டே இருக்கிறது. கால்கள்தாம் அனிச்சையாக வீட்டின் முன் நிற்கின்றன. கண்களுக்கு புது இடங்களாகத் தெரிகின்றன.

என் பீல்டு புல்லட் பைக் அதிர அவன் வீட்டின் முன்னால் நிறுத்தினான்.

"டேய் மச்சி, சொல்லாமக் கொள்ளாம ஊருக்கு வந்திட்டே. என்ன விஷயம்?"

"இல்லடா ரெண்டு நாள் லீவு கிடைச்சது. அம்மா, அப்பாவை பார்த்துவிட்டு போலாம்னு காலையில்தான் வந்தேன். மாலையில் உன்னை பார்க்கலாம்னு கைப்பேசியில் அழைத்தேன். பிசி பிசின்னு வந்தது. சரி வீட்டுக்குப் போனால் உங்க அம்மாவையும் பார்த்தது போலிருக்கும்னு வந்தேன். நீ மதியம் சாப்பிடக்கூட வரலைன்னு அம்மா சொன்னாங்க. அப்படியே பத்துநிமிஷம் பேசிட்டு காபி சாப்பிட்டு வந்தேன். உன் அழைப்பு ஒலித்தது.

"சரிடா, வேறெதுவும் புரோகிராம் இருக்கா!"

"ஆமாம், நம்ம மைக்கேலையும், அஜ்முல்லாகானையும் பார்த்து பேசிட்டு வரணும்"

"அவனுங்களை அப்புறம் பார்க்கலாம். ஒரு திரில்லான ப்ரோக்கிராம் இருக்கு வா போகலாம் கிளம்பு"

"அப்படி என்னடா திரில்லான ப்ரோக்ராம்?"

"உனக்கு சொன்னால் புரியாது. உன் பைக் வேண்டாம். என் பைக்கிலே ஏறு. என் வேகத்துக்கு உன்னால ஃபாலோ பண்ண முடியாது! வா, வந்து ஏறு"

இவன் அம்மாவிடம் சொல்லிவிட்டு அவனது பைக்பின்னால் அமர்ந்தான்.

பைக் தெரு அதிர ஒலி எழுப்பிக் கொண்டு விரைந்தது. அவனது அம்மா அவனைப் பத்தி அழாதகுறையாக புலம்பியிருந்தாள்.

"ஒருநல்ல வேலைக்கு போகமாட்டேங்கிறான். வயது முப்பத்தஞ்சாச்சு; கல்யாணம் பண்ணினாலாவது வசப்படுவான்னு பார்த்தா ஒத்துக்க மாட்டேங்கிறான். கோயில் மாடாத் திரியறான். வீட்டுக்கு ஒழுங்கா நேரநேரத்துக்கு சாப்பிட வரமாட்டேங்கிறான். கேட்டா அங்க பஞ்சாயத்து இங்கக்கூட்டமுன்னு சொல்றான். ஒன்னுமேபுரியமாட்டேங்கிது. நீ எதாவது புத்தி சொல்லிட்டுப் போப்பா!

நீங்க ரெண்டுபேரும் சின்னப்பிள்ளையிலிருந்து ஒன்னா பழகுறீங்க நீ சொன்ன கேட்பான்" என்று கண்கள் கலங்கச் சொன்னதை நினைத்தபடி மெல்ல அவனிடம் பேச்சு கொடுத்தான் இவன். "வேகத்தைக்குறை, பேசிக்கிட்டே போவோம்.

"என்ன ஜாப்புடா பார்க்கிற!"

“ஜாப்பா?” கெக்கலியிட்டு சிரித்தான்;. “என்னால யாருகிட்டேயும் அடிமையாக வேலை பார்க்கமுடியாது. சோசியல் வொர்க் பன்றேன்!”

“சுய உதவிக்குழுவா?”

“அவனுங்க வெளிநாட்டு நிதி வாங்கிறவங்கல்ல! நாங்க பன்றது ப்யூர் சோசியல் சர்வீஸ்! நம்ம நாட்டு பண்பாட்டு கலாச்சாரம் நம்பிக்கைகளை பாதுகாக்கிற அமைப்பு!”

“அப்போ சாப்பாடு செலவுக்கு?”

“எங்க அமைப்புக்கு வெல்விஷர்ஸ் நிறைய பிக் ஸார்ட்ஸ் இருக்காங்க”.

“சரி, இப்படியான வேலையை இந்த சமுகம் மதிக்குமாடா?”

“இந்த மாவட்டத்திலுள்ள பெரிய சாதிகள் தலைவர்கள் எல்லாம் நம்ம தோஸ்த்ங்க. அவங்க சாதிபிரச்சினை பஞ்சாயத்துக் கெல்லாம் நம்மலை கூப்பிடுவாங்க. நாங்க இருக்கும் போது ஒருபயலும்காதல் கல்யாணம், கலப்பு கிலப்புன்னு பண்ண முடியாது. இந்தப் பகுதி கோயில்கள்ள நடக்குற எல்லா விசேஷங்களுக்கும் நமக்கு சிறப்பு அழைப்பு வந்திடும்! இதுக்கு மேல என்ன மரியாதை, மதிப்பு வேண்டிகிடக்கு?” என்றபடியே திரும்பி பார்த்து சிரித்தான்.

இவனுக்கு பயம் “முன்னால பார்த்துப் போப்பா!” என்று முதுகில் தட்டினான். முதுகில் வியர்வை சொதசொதத்தது காற்றை உள்ளே விட பின் காலரை தூக்கிவிட்டான். சிறிய வடம்போல ஒரு தங்கச்செயின் மினுமினுத்தது.

அவன் தொடர்ந்தான். “என்னுடைய நண்பர்கள் எல்லாம் வருவாங்க. என்ன நடக்குதுன்னு பாரு! ரசி! தொணதொணன்னு கேள்வி கேட்காதே! என்றான்.

பைக் ஒரு டீக்கடை முன் வேகம் குறைந்து நின்றது. ஏற்கனவே நாலு பைக்குகளுடன் நின்றிருந்தவர்கள். வாங்க ஜீ! வணக்கம் ஜீ! டீ சாப்பிட்டு போலாமா ஜீ! என்றார்கள். அவர்களும் அவனைப் போலவே ஜீன்ஸ் பேண்ட் சந்தனக்கலர் முழுக்கை சட்டை அணிந்து, முழங்கைக்கு மேல் சுருட்டி விட்டிருந்தனர். கழுத்து நீண்டு இரட்டைவடமாய் தொங்கிய மெல்லிய துண்டின் இருமுனைகள் முடிச்சிடப்பட்டிருந்தது. இடது கைகளில் வெள்ளிக்காப்பும்,

வலதுகைகளில் சிகப்பு கயறும் கட்டியிருந்தனர். நெஞ்சுக்கு மேல் இரண்டு பித்தான்கள் போடாமல் திறந்திருந்தன. கனத்த தங்கச் சங்கிலியும் அதில் ஒற்றை உத்திராட்சை கொட்டையும் கோர்த்து ஒளிர்ந்தது. அவர்களைப் பார்த்த பின்னரே இவன் அவனது கழுத்தை கவனித்தான். கனத்த சங்கிலியில் ஒற்றை உத்திராட்சை ஒளிர்ந்திருந்தது. அவர்கள் நெற்றியில் செந்தூரப்பொட்டு வேர்வையொடு கசிந்தபடி ரத்தமாய் மினுங்கியது.

"இந்த வெயிலில் டீ எதற்கு? எல்லோருக்கும் மினி கோக் சொல்வோம்" என்று சொன்னவன் இவனைப் பார்த்தான். இவன் "எனக்கு கோக் வேண்டாம். ஆரஞ்சு ஜுஸாவது, லெமன் ஜுஸாவது சொல்லு" என்றான். இவன் பார்வையில் அவர்களது பேச்சு உடை, செயல்பாடுகள் ஒன்றுக்கு ஒன்று முரண்பட்டுத் தெரிந்தன. உருத்திராட்சை மனதில் பதற்றம் குறையவும் அமைதியையும் ஏற்படுத்தவும் அணிவது வழக்கம். ஆனால் அவர்களைப் பார்த்தால் நெருப்பின் மீது ஓடிக்கொண்டிருப்பவர்கள் போல்த் தோன்றினார்கள். பானங்களைக்குடித்ததும் வண்டிகளைக் கிளப்பினார்கள். பைக்குகளின் உறுமல் எதோ போர் முழக்கம் போல் தொனித்தது. ஒவ்வொரு பைக்கின் பின்னும் ஒருவர் தொற்றி இருந்தார்.

இவன் கேட்டான் "நாம இப்போ எங்கே போறோம்?" என்ன செய்யப்போறோம்" என்று. அது இவனுக்குள் ஒரு பதற்றமும் பயமும் இருந்ததை உணர்த்தியதை அவன் உணர்ந்து கொண்டான். "ஹேய், பயப்படாதேடா, இன்னிக்கு சனிக்கிழமை. அந்த காலேஜ்க்கு பக்கத்தில இருக்கிற பூங்காவுக்குப் போறோம். காதல்னு சொல்லிகிட்டு கடலை போடற விடலைகளைப் பூராம் விரட்டப்போறோம். நீ ஒன்னும் செய்ய வேண்டாம். சும்மா வேடிக்கை மட்டும் பாரு! ரொம்பத் திரில்லிங்கா இருக்கும்!"

"ஏன்டா ஏதோ சோஸியல் வொர்க்ன்னு சொன்னே?..."

"சாதி மாறி, மதம் மாறி காதல்னு இவங்க அடிக்கிற கூத்துகளை எல்லாம் தடுக்கிறது சோஸியல் வொர்க் இல்லையா? சரி தொணதொணன்னு கம்யூனிஸ்ட்காரன் மாதிரி கேள்வி கேட்காம வேடிக்கை பார்த்துகிட்டே வா" என்று அவன் கடுப்படித்தான்.

அவனது பள்ளிப்பருவக் குறும்புகள் நினைவுக்கு வந்தன. பள்ளிக்கூடத்திற்குப் போகும் போதோ, வீட்டிற்கு திரும்ப

வரும்போதோ நாய்கள் ஒன்றோடு ஒன்று இணைவதைப்பார்த்தால் கல் எடுத்து எறிந்து ஓட ஓட விரட்டுவான். அவை கூடுகையிருந்து உடனே பிரியமுடியாமல் அந்தத் திசைக்கும் இந்தத் திசைக்கும் இழுபட்டு கதறுவதைப் பார்த்து சிரிப்பான். இந்நிகழ்ச்சி சிரிப்பை ஏற்படுத்துவது போல் இருந்தாலும் அவற்றின் கதறல் அனுதாபத்தைத் தருவிக்கும். இப்படியே மாடுகள் ஒன்றோடு ஒன்று கூடுவதைக் கண்டாலும் கல்லெறிவான். அவை பிரிய முடியாமல் தடுமாறி விழுந்து எழுவதைப் பார்த்து கைகொட்டிச் சிரிப்பான்; இதற்கும் கூட்டாக இரண்டு சேக்காளிகள் அவனுக்கு உண்டு. தெருநாய்கள் அவனைப் பார்த்தாலே உர்ரென்று முனங்கியபடி ஒதுங்கிச் செல்லும். அவன் மகிழ்ச்சியில் காலரைத் தூக்கி விட்டுக் கொள்வான்

கல்லடி தாங்காமல் இணைபிரிந்து அங்கிட்டு இங்கிட்டுமாக அலறி ஓடும் நாய்களாலும், மாடுகளாலும் தெருவில் போகும் சைக்கிள்காரங்களும் நடைவாசிகளும் விபத்தில் சிக்குவதும் உண்டு. அவனைப்பற்றி தலைமை ஆசிரியருக்கும், அவனது அப்பாவுக்கும் புகார் போய்க் கொண்டே இருக்கும். அவனது அப்பா அடித்து துவைத்து விடுவார். தலைமை ஆசிரியர் விதவிதமான தண்டனை கொடுத்துப் பார்த்தார். பயனில்லை. பள்ளியிலிருந்து நீக்க, மாற்றுச்சான்று வந்து வாங்கிப் போகுமாறு அவனது அப்பாவுக்குத் தகவல் போனது. அவனது அப்பாவும், அம்மாவும் தலைமை ஆசிரியர் அறைக்குள் சென்று காலில் விழாதகுறையாகக் கெஞ்சி எப்படியாவது பன்னிரண்டாம்வகுப்பு வரை இழுத்து தேற்றிவிடுங்க. கண்ணையும், காதையும் விட்டுட்டு அடிச்சுத் தோலை உறிங்க சார். நாங்க ஒன்னும் சொல்ல மாட்டோம். விவசாயம் இல்லாம கூலிவேலை செய்யுற குடும்பம். படிப்பு இல்லைன்னா கரையேற வழியில்லை. உங்களுக்குத் தெரியாததில்லை. விடலைக்குறும்பு ஒரு கட்டத்தில மாறிடும் என்று செஞ்சி கண்ணீர் வடித்தார்கள். படிப்பில் அவன் மோசமில்லை. தட்டுதடுமாறி பாஸ் பண்ணிவிடுவான். வீட்டுப்பாடங்களை ஒன்னுக்குப் பாதியா அரைகுரையா செஞ்சிடுவான். தலைமைஆசிரியர் வகுப்பாசிரியர்களிடம் கலந்து கொஞ்சம் கருணை காட்டினார்.

பத்தாம் வகுப்பு படிக்கும் போது தீபாவளி சமயம் வெள்ளாவி பொதி சுமந்து வந்து கொண்டிருந்த கழுதைகள் வாலில் பட்டாசு சரத்தைக் கட்டிவிட்டு தீயைப் பற்றவைத்து விட்டான். பட்டாசு

வெடிச்சு கழுதைகள் இரண்டும் பயந்து தடுமாறி சாக்கடைப் பள்ளத்துக்குள் விழுந்தன. வெள்ளாவியில் சூடேறிய துணி மூடைகளில் தீக்கங்குகள் விழுந்து துணிகள் பொசுங்கி கருகின. துணிக்காரர்கள் சலவைத் தொழிலாளியை நெருக்கினர். அவர் அவர்களை அழைத்து சென்று அருகிலிருந்த காவல்துறையினரிடம் புகார் கொடுத்தார் அவனையும் பெற்றொரையும் அழைத்து விசாரித்தனர். பதினைந்து வயசுபையன் விபரமறியாத விளையாட்டுப் போக்கில் செய்துவிட்டான் என்று கடுமையாக எச்சரித்து ஆயிரம்ரூபாய் அபராதம் கட்டச்செய்தனர். தலைமையாசிரியரும், அவனுடன் பெற்றோர் தினமும் வந்து பள்ளியில் விட்டும் போகும் போது அழைத்தும் செல்வதாக இருந்தால் அவன் படிக்கட்டும். இல்லாவிடில் விலகிக் கொள்ளட்டும் என்றார்.

“நான் வயிற்றுபாட்டை பார்க்கட்டுமா அவனுக்கு காவலுக்குப் போகட்டுமா! வீட்டுக்கு அடங்காதபிள்ளை ஊரில் மிதிபட்டு, அடிபட்டு, திருந்தி வந்தால் வரட்டும், இல்லைன்னா எப்படியோ போகட்டும்” என்று அவனது அப்பா சொல்லி விட்டார். அவனது அம்மா தான் அனுதினமும் அவனை பள்ளிக்கு அழைத்து வந்துவிடும். திரும்ப அழைத்துச் செல்லும். இச்சம்பவத்திலிருந்து அவனோடு சேர்ந்து சேட்டைசெய்யும் சேக்காளிகள் இருவரும் அவனிடம் சேருவதில்லை. இவன் வீட்டிற்கு மூணாவது வீட்டில்தான் அவர்கள் அப்போது குடியிருந்தார்கள். இவனது பெற்றொர் கண்டிப்பால் இவனும் அவனோடு வெளியே பேசுவதில்லை. வகுப்பறைக்குள் மட்டுமே பேசிக்கொள்வார்கள். பனிரெண்டாம் வகுப்பு முடித்து இவனும் நண்பர்களும் கல்லூரிக்குப் போனர்கள். அவன் ஆங்கிலத்தில் பெயிலாகிவிட்டான். அப்புறம் இவர்களது வாழ்க்கை சூழல் மாறிப் போனது. படிப்பு வேலை கல்யாணம் என்று இவன் ஊர் பெயர்ந்தான். வருஷத்துக்கொருமுறை வருவான். அவனை பார்த்து பேசுவான். அவனது அப்பா இறந்துவிட்டார். அவர்கள் வீட்டை விற்றுவிட்டு மூன்றாவது தெருவிலுள்ள ஒரு சிறிய வீட்டிற்கு குடிபோனார்கள். அவனது பழைய சேக்காளிகள் பல ஊர்களில் அரசு வேலையில் அமர்ந்துவிட்டார்கள்.

அரசு வள்ளுவர் பூங்கா முன் நிறுத்தினார்கள். இவனும் நிகழ்காலத்தில் இறங்கினான். இந்த பூங்காவுக்கு ஐந்தாண்டுகளுக்கு முன் வந்தது. இப்போ பார்க்கும் போது ஏதோ பசுமை சூழ்ந்த புதுவுலகத்துள் நுழைவது போலிருந்தது. நுழைவுக்கட்டணம் செலுத்தாமல் அவர்கள் திபுதிபுவென்று நுழைந்தார்கள். இவனுக்கு உறுத்தலாக இருந்தது. நுழைவு சீட்டு விற்பவர் அவர்களைப் பார்த்து முனங்கினார். இவன் அவர்களுக்கும் சேர்த்து பத்து டிக்கட்கள் வாங்கினான. நுழைவு சீட்டு விற்பவர் சொன்னார். " சார் இவங்களை கொஞ்சம் சொல்லி வைங்கள் வாராவாரம் பூங்கவுக்கு வந்து அலைப்பறை பண்றாங்க. போலீசு கேசுன்னு போனா சங்கடம்னு பார்க்கிறோம். "இவன் மௌனமாக தலையசைத்து சென்றான். அந்த நகர்ப்புற விரிவாக்கத்தைச் சுற்றி மூன்று பொறியியல் கல்லூரிகள், இரண்டு கலைக்கல்லூரிகள், ஐந்தாறு மேநிலைப் பள்ளிகள் இருந்தன. பகல்பொழுது இறுக்கத்தை விடுவிக்க குழந்தைகள், இளையவர்கள், முதிர்ந்தவர் என பல தரப்பட்டவர்கள் வருவர். விளையாட, நடைபயிற்சி செய்ய பறவைகளைப் பார்க்க என பல வெளிப்பாடுகள் இருந்தன. அவன் இவனை சைகை செய்து பின் தொடர்ந்து வரச் சொன்னான். இவன் "முன்னே போங்க வருகிறேன்" என்று சைகையில் சொன்னான்.

பூங்கா சுற்றுச்சுவரை ஒட்டி வேம்பு, பூங்கொன்றை, பன்னீர்ப்பூ, வாகை மரங்கள் நின்றன. பூங்கொன்றை மஞ்சள் பூக்களை பொன் மலர்களை பச்சைப் புல் கம்பளத்தில் பரப்பி நின்றன. பன்னீர் பூக்களின் காம்புகளை எடுத்து சிறுமிகள் குழல் ஊதினர். செம்மஞ்சள் நிறத்தில் பூத்த வாகை மரங்கள் பெரும்பூங்கொத்துகளாக நின்றன. தங்கஅரளியும், செவ்வரளியும் செம்பருத்தியும் பசுமை பின்னணியில் வர்ணஜாலம் செய்தன. சவுக்கு செடிகளில் யானை, மயில், ஒட்டகச்சிவிங்கி காளைபோன்ற உருவங்களைவடிவமைத்து வைக்கப்பட்டிருந்தன. குரோட்டன்ஸ் செடிகள் பல வண்ணங்களில் வட்டம், சதுரம், முக்கோணம், இந்திய வரைபடம் என வடிவமைக்கப்பட்டிருந்தன. உள்ளே நுழைந்ததும் வேற்றுலகில் நுழைந்தது போலிருந்தது. பல வடிவ வண்ண விளக்கு அலங்காரங்கள் இரவில் எரியும் போது பார்த்தால் மெய்சிலிர்க்கச் செய்யும். நீரூற்று நுரை பொங்கி பொங்கி காற்றையும் பார்ப்பவரையும் குளுமைப்படுத்திடும்.

அவனும் சேக்காளிகளும் சவுக்கு அலங்கார புதர்கள் பக்கம் யாரையோ தேடினர். யானைப் புதரின் பின்புறம் இரு இளம்ஜோடிகள் மெய் மறந்திருந்தனர். அவர்களிள் ஆணைப் பிடித்து எதோ அவன் சொன்னான். அந்தப் பெண் கழுத்திலுள்ள தாலியைக்காட்டினாள். ஏதோ சொல்லிவிட்டு நகர்ந்தார்கள். இளம்ஜோடிகள் அதிர்ச்சியுற்று அந்த இடத்தைவிட்டு அகன்றன. இன்னோர் புதரருகே இருவரை பிடித்து உலுக்கினர். யார், என்ன சாதி எந்த ஊர், என்ன உறவு என்ன படிக்கிறீங்க என்ற கேள்விகளில் இருவரும் விதிர் விதிர்த்துப் போனார்கள். அவர்களிருவரை பூங்காவுக்குள் இனி வரக் கூடாது. இருவரையும் ஒரு சேரப் பார்த்தால் அவ்வளவுதான் என்று மிரட்டினார்கள். இந்த களேபரம் பூங்காவிற்குள் தீப்பற்றியதுபோல படர்ந்தது. பல இணைகள் பதைபதைத்து தனித்தனியே வெளியேறினர். அஞ்சி ஓடும் இருவர் வேற்று மதம் சார்த்தவர்போல் தோன்ற அவர்களை மடக்கி பிடித்து மிரட்டினர். குருவிகளைப்போல, அணில்களைப் போல குதூகலித்து ஓடிவிளையாடிய குழந்தைகள் சிறுவர்கள் அதிர்ந்துபோய் நின்றனர். நடைபயிற்சியில் இருந்த முதியவர்கள் ஸ்தம்பித்து உறைந்தனர். இவனுக்கு மனசு வலித்தது. அவனிடம் சொல்லாமல் கிளம்பிவிடலாமா என்று நினைவு ஓடியது. அவனது வண்டிச்சாவி இவனிடம் இருந்தது. கொடுக்காமல் போகமுடியாது என்று அவர்களைத் தேடிப்போனான்.

இன்னொரு புறத்தில் மயில்கள், வான்கோழிகள், கினிக்கோழிகள் மேய்ந்து கொண்டிருந்தன. காதல்பறவைகள், புறாக்கள், பல இனக் குருவிகள், குரங்குகள், கரடிகள், மான்கள் என கூண்டுகளில் இருந்தன. அவற்றை குழந்தைகள் சிறுவர்கள் உற்சாகமாக பார்த்துக்கொண்டிருந்தனர். குழந்தைகளின் குதூகலத்தில் பெற்றோர்கள் தம்மைக்கரைத்து இலகுவாகி நின்றார்கள்.

இவன் அங்கிருந்த காவலாளியிடம் கேட்டான். "மயில்களை, வான்கோழிகளை, கினிக்கோழிகளை ஏன் கூண்டுகளில் அடைக்காமல் வெளியே மேய விட்டுவிட்டார்கள்"

"இங்கே புல், புதர், மரம் செடி கொடிகள் அடர்ந்து இருக்கின்றன. பக்கத்தில் காடு இருக்கிறது. அதனால் பாம்புகள் நடமாட்டம் அதிகம். இக்கோழி வகைகள் பாம்பைக் கண்டால் கொத்திக் கொன்றுவிடும். இக்கோழிகளின் வாசம் உணர்ந்து பாம்புகள் வருவதில்லை. பாம்புகள் வாசம் உணர்ந்தால் இக்கோழிகளும்

விடுவதிலலை. அன்று அவைகளுக்கு நல்ல வேட்டைதான். இந்த சண்டையை பார்ப்பதே ஒரு சாகசமாக இருக்கும்".

இவர்கள் பேசிக்கொண்டிருக்கும் போதே மயில்களும், வான் கோழிகளும் அவற்றின் பின்னால் கினிக்கோழிகளும் வினோதமாய் ஒலி எழுப்பியபடி விரைந்தன. காவலாளி சொன்னார். "பாம்பு வாசம் மோப்பம் புடிச்சிருச்சுப்போல என்ன வேகமாகப் போகுது பாருங்க! நீங்க மெல்ல அதுக பின்னால போங்க, நானும் வர்றேன். அதுக சண்டையை இன்னிக்குப் பார்ப்போம்!"

இவனுக்கு ஆர்வம் கூடியது. தலையை விடைத்து விடைத்து அங்கிட்டும் இங்கிட்டும் கழுத்தை திருப்பி ப்யாங்..ப்யாங்...என்று அகவி மயில்கள் வேகமாய் நடப்பதும் தலையை ஆட்டி ஆட்டி க்கொஞ்...க்கொஞ்ச்.என்று குரலெழுப்பி வான்கோழி பகட்டாய் நகர்வதும் மூக்கை நிலம் நோக்கி நுகர்ந்தபடி கினிக்கோழிகள் நகர்வதும் பார்க்க விந்தையாக இருந்தன. இவன் அவர்களைப் பார்வையால் தேடியபடி பின் தொடர்ந்தான். அந்திவானம் செம்மஞ்சளாய் ஒளிர்ந்து அந்த பச்சை வெளிக்கு அழகூட்டிக் கொண்டிருந்தது. துப்பட்டாவால் முகத்தை மூடியிருந்த இரு இளம்பெண்கள் பதறி வெளியேறினர். அவர்கள் சுற்றுச்சுவரை ஒட்டிய சவுக்குப் புதர்ச் செடிகளுக்குப் பின்னால் தேடி அலைந்தனர். இவன் இப்பறைவைகளின் பின்னால் மெல்ல பம்மி பம்மித் தொடர்ந்தான். மயில்கள் சர்சர்ரென்று கண்ணிமைக்கும் நேரத்தில் அம்புபோல பறந்து சுற்றுச்சுவரில் தொற்றி நின்றன. பூங்காவின் வடகிழக்கு மூலையில் புல் அடர்ந்த பகுதியை நோக்கின. வான்கோழிகளும் ஒரே உந்துதலில் பறக்க இயலவில்லை. அவை கிழக்கு நோக்கி சிறுசிறு தாவலில் ஓடின.

இவன் எப்படி போவது என்று விழித்தபடி சுற்றி பார்வையை சுழலவிட்டான். ஜனங்கள் பரபரப்பாக வடகிழக்கு பக்கமாக விரைந்தனர். ஏதோ விபரீதம் நடந்திருக்கும் போலிருக்கிறது. பூங்காவில் பரபரப்பு தொற்றிப் படர்ந்தது. அவர்களோடு வந்த இவனும் பிரச்சினையில் சிக்கிக் கொள்வானோ என்ற அச்சம் மனதில் தோன்றியது. இவன் எந்த உணர்வையும் வெளிப்படுத்தாமல் சாதாரண பார்வையாளரைப் போலக் கூட்டத்தை நோக்கி விரைந்தான். கூட்டத்தை ஊடுருவி உள்ளே நுழைந்தான். கூட்டத்தினர் அச்சமும், ஆச்சரியமும் முகத்தில் வெளிப்பட பார்த்துக்

கொண்டிருந்தனர். இவனும் பார்வையை கூர்மைப் படுத்தி புல்வெளியைப் பார்த்தான்.

இரு பாம்புகள் ஒன்றின் உடலோடு ஒன்று பின்னிப் பிணைந்து ஆடிக்கொண்டிருந்தன. ஒன்றை ஒன்று தழுவுவதும், விலகுவதும், சீறி சீறி கொஞ்சுவதும் கீழே விழுவதும், எழுவதும், மீண்டும் பின்னிப் பிணைந்து விழுவதுமாக சளைக்காத சல்லாப விளையாட்டு தொடர்ந்து கொண்டிருந்தது. இவன் கேட்டான் "அதுக என்ன பாம்புக?" ஒருவர் சொன்னார் "சாரைப்பாம்புகள்". ஒரு வயதானவர் சொன்னார் அதோ பச்சையும் மஞ்சளுமாய் ஒல்லியான தலையுடன் உள்ளது சாரைப்பாம்பு. வெள்ளையும் கோதுமைநிறமும் படத்துடன் பெரிய தலையுள்ளது நாகப் பாம்பு" இவன் கேட்டான்" பாம்புக இனம் விட்டு இனம் கூடுமா?" "அது என்ன மனுஷனா சாதியைக் கட்டி அழுக!" என்றார் காவலாளி.

காவலாளியைப் பார்த்ததும் இவனுக்கு அறிந்த முகம் என்பதால் உற்சாகம் எழுந்தது. "எங்கே மயில்களைக் காணோம். இப்போ பாம்பை விரட்டாதா? என்றான்.

மயில்களும், வான்கோழிகளும் சுற்றுச்சுவரில் நின்று வேடிக்கை பார்த்தபடி நின்றன. கினிக்கோழிகள் சத்தம் கேட்டன. கண்ணில் படவில்லை.

காவலர் சொன்னார். "பாம்புகள் எதிரிகளாக இருந்தாலும் புணையலில் இருக்கும் போது அவற்றை தொல்லை கொடுக்காது. பாம்புகள் புணையலில் இருக்கும்போது மயில்கள் வாசனையை அவையும் பொருட்படுத்தாது. பாம்புகளின் புணையல் வாசனையில் மயில்களும் சொக்கி நிற்குமே தவிர அவற்றை தாக்கவோ, சண்டையிடவோ செய்யாது. வான்கோழிகளும் அப்படித்தான்!"

"மனிதன்தான் தட்டுகெட்டுத் திரிகிறான். அடுத்தவர் இன்பத்தை கெடுப்பதில் இன்பம் காண்கிறான்" என்ற எண்ணம் இவனுக்குள் தோன்றிய கணம், அவர்களைத் தேடினான்.

அவர்கள் பாம்பின் புணையலைப் பார்த்து பூரித்து நின்றனர். இவன் அவனருகில் போனான். அவன் அவனது தலையில் வெயிலுக்காகவும், புழுதிக்காகவும் மூக்கை மூடி சுற்றிய வெள்ளைத் துண்டை அவிழ்த்து விரித்து உதறினான். இவன் என்னவென்று பார்வையால் கேட்டான்;.

“நல்லபாம்பும் சாரைப்பாம்பும் புணையலில் இருக்கும் போது வெளிவரும் திரவம் பட்டதுணி வீட்டில் இருந்தால் விஷஜந்துக்கள் அண்டாது. ராஜயோகம் கூடிவரும்” என்றபடி பாம்புகளை நோக்கிப் போனான்.

மெய்மறந்து ஆடிக்கொண்டிருந்த பாம்புகள் மீது துண்டை வீசினான். சுற்றி நின்றவர்கள் எல்லாம் பயத்தில் அவனைத் திட்டிக்கொண்டே பின் நகர்ந்தனர். துண்டு மேலே பட்டதும் பாம்புகள் சீறிக் குதித்தன. கூட்டம் மிரண்டு ஓடத் தொடங்கியது.

03.12.2017 வண்ணக்கதிர்;

உயிரை வளர்த்தல்

அந்த அரசு மருத்துவமனையில் ஊடகக்காரர்கள் தேனீக்களைப் போல் மொய்த்து இருந்தனர். அவர்கள் அனுப்பி வைக்கும் முதல்கட்ட செய்திகள் காட்சி ஊடகங்களில் பரபரப்பை பற்ற வைத்துக் கொண்டிருந்தன. அவசர சிகிச்சைப் பிரிவில் விலங்குகள் பராமரிப்பு உதவியாளர் சுப்பையா அனுமதிக்கப் பட்டிருந்தார். அவ்வறைக்கு முன்னால் சுப்பையா மனைவி மீனாட்சி இருண்டுபோன முகத்தில் கண்ணீர் வழிய ஓரிடத்தில் நிலையாக நிற்கமுடியாமல் தவித்துக் கொண்டிருந்தாள். உடன் இரண்டு பக்கத்து வீட்டுப் பெண்கள் அவளை ஆதரவாய் பிடித்தபடி நின்றிருந்தனர். அவர்களது முகங்களிலும் புதிரும் பீதியும் அப்பி இருந்தன.

உள்ளே அவசரப்பிரிவு மருத்துவர்கள் இருவர் கவனித்துக்கொண்டிருந்தனர். படுக்கையில் சுப்பையாவின் முகத்தில் ரத்தத்தாரைகள் காய்ந்து மின்ன, கண்கள் கட்டப்பட்டிருக்க வலியால் முனங்கியபடி படுத்திருந்தார். விலங்கு காப்பலுவலர் உயரமான தனது உடலைக் கொண்டை ஊசிபோல் வளைத்து சுப்பையாவிடம் நலம் விசாரித்து ஆறுதல் சொன்னார். "எல்லாவகை மருத்துவ உதவிகளும் அரசு செலவில் செய்ய ஏற்பாடு செய்யப்பட்டுள்ளது. கவலைப்படாமல் உடலைத் தேற்றிக் கொண்டு வாங்க. செய்திக்காரங்க வாயைக் கிண்டுவாங்க எதையும் உளறிக்கொட்டி வம்பில் மாட்டிவிட்டுறாதிக. பயப்படாம இருங்க உங்களை டிபார்ட்மெண்ட் காப்பாத்திரும்" என்று சுப்பையாவிடம் மெல்லச் சொன்னார். சுப்பையா வலியோடு தலையிசைத்தார். அவர் சுப்பையாவின் தோளை ஆறுதலாக மெல்லத் தட்டி நிமிர்ந்தார்.

மருத்துவர்களிடம் "சுப்பையாவை கொஞ்சம் கூடுதல் கவனத்தோடு பார்த்துகுங்க, பாவம் நல்ல மனுசன். பத்திரிகைகாரங்ககிட்ட மட்டும் கொஞ்சம் கவனமா பேசுங்க" என்று கூறி அவர்களது கைகளைக் குலுக்கி வெளியேறினார்.

செய்தியாளர்கள் அவரை மொய்த்துக் கொண்டனர். "என்ன சார், என்ன நடந்தது" எண்முனைகளிலுருந்தும் கேள்விகளை எறிந்தனர். "ஒண்ணுமில்லைங்க புலி கால் பட்டதில் முகத்தில் கொஞ்சம் காயம். உயிருக்கு ஆபத்தில்லை. இரண்டொரு நாளில் குணமாகிருவார். அப்புறம் அவருகிட்டேயே விவரமா கேட்டுக்குங்க" என்று அவர்களது முற்றுகையிலிருந்து விடுபட்டு வேகமாக நடந்தார். சுப்பையாவின் மனைவியைப் பார்த்தார். "அம்மா பயப்படாதிங்க அவருக்கு ஒண்ணுமில்லை. புலியின் முன்னத்தங்கால் பட்டுறமோன்னு விலகினவர் தடுமாறி விழுந்துட்டார். முகத்தில் கொஞ்சம் காயம். சீக்கிரமா குணமாயிருவார். அவருக்கு எல்லா வைத்திய செலவுகளையும் அரசாங்கமே பார்த்துக்கும். உங்களுக்கு என்ன உதவி தேவையினாலும் உங்க மகன் கிட்ட சொல்லுங்க. நாங்க செய்யிறோம்." என்று வணங்கி தனது உதவியாளரோடு நடத்தார்.

மீனாட்சியம்மாள் கதறினார். "புலி அடிச்சா மனுஷன் தாங்குவாரா? அவருக்கு என்ன ஆச்சோ பாவிக பார்க்க விடமாட்டேன்கிறாக". மீனாட்சியம்மாளின் கதறல் படத்தோடு செய்திகள் பறந்தன. "புலி தாக்கி பராமரிப்பாளர் கவலைக்கிடம். அந்தப் புலியை பல ஆண்டுகளாக காப்பகத்தில் உணவுகொடுத்து பராமரித்து வந்தவரை அந்தப்புலி ஏன் தாக்கியது? எப்படி தாக்கியது? அதற்கு வெறி பிடித்துள்ளதா, மர்மமாகவே இருக்கிறது. அதிகாரிகள்குழு விசாரணை. பராமரிப்பாளர் சுப்பையா மயக்க நிலையில் கவலைக்கிடமாக உள்ளார். மருத்துவர்களும் வனத்துறை அதிகாரிகளும் உண்மையை மறைப்பதாகத் தெரிகிறது..." என்ற ரீதியில் செய்தி தீப்பொறிகள் ஊடகங்களில் ஆக்ரோஷமான புலிகளின் படங்களுடன் படர்ந்து கொண்டிருந்தன.

கடந்த பதினைந்தாண்டுகளாக அரசு விலங்குகள் காப்பகத்தில் சுப்பையா பணியாற்றி வருகிறார். அந்த விலங்குகள் காப்பகத்தில் உள்ள ஐந்து சிங்கங்கள் எட்டு புலிகள் சுப்பையாவின் பராமரிப்பில் உள்ளன. 2 வெள்ளைப் புலிகள், 4 வங்காளப்புலிகள், இன்னொருவர் பராமப்பில் உள்ளன. இம்மிருகங்களுக்கு மாமிசம் வைத்தல் குடிதண்ணீர் வைத்தல் அவற்றின் கூண்டைத் திறந்து விட்டு காலை ஒன்பது மணி முதல் மாலை ஐந்து மணி வரை வேலியிடப்பட்ட வனவெளிக்குள் உலாவவிடுதல். தடுப்பு வேலிகளுக்கு வெளியே நின்று பார்க்கும் பார்வையாளர்கள் துன்புறுத்தாமல்

பார்த்துக்கொள்வது. அவற்றிக்கு நோய் தொற்று, சுகவீனம் ஏற்பட்டால் உடனே மருத்துவர்களுக்குத் தகவல் சொல்லி உடனிருந்து சிகிச்சைக்கு உதவுவது. இதுதான் அவர்களிருவரது வேலைகள். பார்வைக்குத்தான் அவை கொடூரமான விலங்குகள். திறந்து விட்டவுடன் அப்பிராணிகளாக வெளியே போகும். இருட்டத் தொடங்கியதும் அவைகளே அதனதன் கூண்டுக்குள் நுழைந்து கொள்ளும். இவர்களது வேலை கூண்டின் கதவுகளைச் சரியாக மூடி பூட்டுப் போடுவதுதான். குழந்தைகளாகவது அதன் நோக்கத்திற்கு அடம் பிடிக்கும் இவை அடம்பிடிப்பதில்லை. இந்த விலங்குகள் அவற்றின் தேவைகளை உணர்வுகளை அவற்றின் உறுமல்களின் வேறுபாடுகளிலிருந்து வெளிப்படுத்தலைத் தெரிந்து கொள்ள வேண்டியது தான்.

சுப்பையாவிடம் சிங்கம், புலிகள் முரண்டு பிடிப்பதே இல்லை. அவர் சொல்வதை எல்லாம் கேட்கும்! முக்கிய நபர்கள் கூண்டினருகே பார்க்க வரும்போது சுப்பையாவின் சொற்களுக்கு கட்டுப்பட்டு நிற்கும். ஆவேச உறுமலோ, உடலசைவுகளோ இல்லாமல் கம்பீரமாய் படுத்திருக்கும். சில நேரங்களில் கூண்டுக்குள் உலாத்தும். கூண்டுப்புலி, சிங்கங்கள் அருகே நின்று ஒளி வீச்சில்லாமல் தூர இருந்து ஒளிப்படங்கள் எடுத்துக் கொள்ள ஒத்துழைக்கும்.

பார்வையாளர்கள் சீண்டாத வரையில் அவை உறுமுவது கூட இல்லை. சுப்பையா பராமரிப்பில் அவற்றுக்கு பசி, குடிநீர், உறக்கம், உடல் நலிவு எந்த இடையூறும் வந்ததில்லை. அவரும் தனது மகன் மகளை பிரியம் காட்டி வளர்த்ததை விடக் கூடுதல் கவனம் செலுத்தினார்.

காலை எட்டுமணிக்கு உள்ளே வந்து காக்கி உடைகளுக்குள் நுழைபவர் இரவு ஏழுமணிக்குத்தான் அவருக்கான அறையில் துணிகளைக் கழற்றுவார். டெட்டால் போட்டு கைகால்களைத் தேய்த்து குளித்து வழக்கமான உடை பூணுவார். அதுவரை அந்த மிருகங்களின் கவிச்சியை, வீச்சத்தை, அவை வெளியேற்றும் காற்றுகளை சகித்து பழக்கமாகிவிட்டது. அவர் தரும் மாட்டிறைச்சிகளை நுகர்ந்து பார்த்துவிட்டு அவைகள் உண்ணும் லாவகம், நகத்தால் பற்றி வாயில் பற்கள் கவ்வி அசைபோடும் விதம் சுப்பையாவின் ரசனைகுரியதாக இருக்கும். பார்வையாளர்கள் அந்நேரம் அனுமதிக்கப் படுவதில்லை. சில நாள்கள் இறைச்சியை நுகர்ந்து பார்த்து விட்டு முன்னங்காலால் கூண்டின் வலது ஓரம்

ஒதுக்கி வைத்துவிட்டு இடது ஓரம் வந்து படுத்துக்கொள்ளும். பசித்த பின்னால் சாப்பிடும். பசி நேரத்தில் இறைச்சி முன்னால் இல்லை என்றால் குரல் எழுப்பி உறுமும். அந்த சத்தமே பசியை உணர்த்தும் முள்குத்தியோ, காயம் பட்டோ வலியிருந்தால் அதன் முனகல் நோய்மையைத் தெரிவித்து விடும். மருத்துவரை அழைத்து வந்து சிகிச்சை கொடுக்கும் போது உணர்ந்து. ஒத்துழைப்புத்தரும். இவற்றின் குணங்கள் சுப்பையாவை வீட்டை மறக்கச் செய்யும். அவரது அன்பும் பிரியமும் அவைகளிடம் கூடக்கூட அவற்றினுடனான நெருக்கமும் கூடியது. கூண்டுக்கு வெளியே நாட்டில் உலாவும் மனிதர்களிடம் காணும் அகங்காரமோ, அதிகார ஆதிக்கமோ விலங்குகளிடம் இல்லை. அவற்றிற்குத் தேவை இடையூறில்லா உலாத்தல் பசிக்கும் போது உணவு வெயிலுக்கு நிழல், மழைக்கு மறைப்பு, திணவைத் தணித்தல்.

சிங்கங்களும் புலிகளும் இவர் சொல்லுக்கு கட்டுப்படும். அவைகளிடம் இவர் குரல் உயர்த்தி அதிகாரம் செலுத்தியதில்லை சுப்பையாவின் பராமரிப்பு கண்டு அதிகாரிகளும், அவருக்கு பரிச்சியமான மனிதர்களும் மரியாதை தந்தார்கள்.

சுப்பையாவின் மனைவி மீனாட்சியம்மாளுக்கு புலிக்காரம்மான்னு தெருவில் பெயர். அந்தத் தெருவில் அவருக்கும், அவரது குடும்பத்தாருக்கும் தனி மரியாதை உண்டு. "அப்பாடி மனுஷன் பயங்கரமான புலி சிங்கங்களையே தன் கைக்குள்ளே அடக்கி வச்சிருக்காரு!" என்ற பெருமிதம் தொனிக்கவே பேசுவார்கள். மீனாட்சியம்மாவுக்கு வேறு வகையான சந்தோசம். சிங்கம், புலிகளை அடக்கி வச்ச மனுஷனே தனக்குள்ளே அடக்கம். வச்சதை சாப்பிடுவார் சொன்னதைச் செய்வார். அவர் துணிகளை அவரே துவைச்சுக்குவார் சம்பளத்தை வாங்கி அவரது கைச் செலவுக்கு போக அப்படியே கொடுத்திருவார். எந்த சண்டையும், சடவுமில்லை. அவரவருக்கு தேவைப்பட்டதை தீர்த்துக் கொள்ளுவார்கள். வம்போ வறட்டு வீம்போ இல்லை. என்ன, மற்ற ஆம்பிள்ளைக மாதிரி பிள்ளைக படிப்பு, அவங்க தேவை, வீட்டுக்குத் தேவைன்னு இருந்து பார்த்து செய்யறதில்லை. ஒரு நல்ல நாள் பெரிய நாளுன்னு வீட்டில இருந்து தின்போம். பிள்ளைகளோட சந்தோசமா இருப்போம்னு இல்லை. சொந்தம் பந்தம்னு வீட்டு விசேஷங்களுக்கு போக வர முடியாது. இவரு புலிக்காரர் ஆனதால யாரும் சடவு சொல்றதில்லை!. சொந்தங்களும், தெருக்காரங்களும்

இவரைச் சொல்லி விலங்குகளைச் சுற்றி பார்க்க, ஒரு நாளைக் களிக்க வாய்ப்பிருந்தது.

மீனாட்சி அம்மாளுக்கு அவர் எந்தக் குறையும் வைக்கவில்லை. அவரது செல்வாக்கை வைத்து மகனுக்கு வனத்துறையிலேயே வேலை வாங்கிக் கொடுத்துவிட்டார். மகளையும் கல்யாணம் செய்து வைத்தாகிவிட்டது. மனுஷனுக்கு எதுவும் ஆகிப்போனா என்ன செய்யறது. ஏது செய்யிறது. இப்படிகுற்றுயிரா ஆஸ்பத்திரியில கிடக்காரே. மனுஷன் புலிகளை தன் கைக்குள்ள வச்சிருந்தாரே. இவரை எப்படி அது தாக்கியிருக்கும்?. டீவிக்காரங்க சொல்றது மாதிரி புலிக்கு வெறிப்பிடிச்சிருச்சா. என்னதானாலும் மிருகம் தானே. மனுஷப் பயலே மிருகமாகத் திரியும்போது மிருகத்துக்கு கோப தாபம் இருக்காதா... ஒருவேளை கூடுறதுக்கான வெறியோ... அதுக்குதான் பகலெல்லாம் காட்டுவெளியல திறந்து விட்டுறாங்களே... அப்ப தணியாத வெறியா? வேற என்ன இழவோ நம்ம தலையில வந்து விழுந்திருக்கு.

மனுஷன் பகல் முச்சூடும் வீட்ல இல்லாட்டியும் புருஷன் இருக்காரு பிள்ளைகளுக்கு அப்பா இருக்காரு என்ற தைரியமாவது இருக்கும். புலிக்காரம்மான்னு மரியாதை இருக்கும். இதுக்கெல்லாம் ஆபத்து வந்துறக்கூடாது கடவுளே! அய்யப்பா, உன் புலி வாகனம் எங்க குடும்பத்தை பலி வாங்கியிறக் கூடாதப்பா.. என்ற படி தாலிக்கயிறெடுத்து கண்ணில் ஒற்றிக் கொண்டு கும்பிட்டாள். பக்கத்து வீட்டுப் பெண்கள் “அண்ணனுக்கு இருக்கிற நல்ல மனசுக்கு எந்த ஆபத்தும் வராதுக்கா! தைரியமா இருக்கா” என்று அவரது தோளைத் தொட்டு ஆறுதல் சொன்னார்கள்.

சுப்பையாவை மருத்துவர்கள் பரிசோதித்தனர். வலது கண்ணில் புலி நகம்பட்டு கண் கோளம் கலங்கி உருக்குலைந்து விட்டது. முகத்தில் கன்னத்தில் நகக்கீறல்கள் ரத்தக்கசிவு இருந்தது. ஆய்ந்ததில் புலி தாக்கியது மாதிரி இல்லை. எதிர்பாராத காலசைவில் விரல்நகம் பட்டிருக்கிறது. கனமான தாக்குதல் இல்லாவிட்டாலும் நகத்தின் கூர்மையால் வலது கண் பார்வை போய்விட்டது. இன்றைய மருத்துவ வசதி கொண்டு மாற்றுக்கண் பொருத்திவிடலாம். உடலிலும் சர்க்கரை வியாதியோ, இரத்த அழுத்தமோ இல்லை. அதனால் கவலைப்பட வேண்டாம். ஆனால் என்ன நடந்தது என்று

சொன்னால் உடலில் வேறு எதாவது பாதிப்பு இருக்கிறதா, அல்லது இப்போது புலப்படாமல் இருந்து எதிர்காலத்தில் பாதிக்கும் ஆபத்துண்டா என்ற கோணத்தில் உடலை பரிசோதிக்க உதவியாக இருக்கும் என்று மருத்துவர்கள் சொன்னார்கள்.

சுப்பையா, வேறு யாரும் இருக்காங்களா என்று சைகையில் கேட்டார். ஒரு மருத்துவர் அறையைச் சுற்றிப் பார்த்து விட்டு அறைக் கதவை மூடினார்.

சுப்பையா அந்த நாளின் நிகழ்வுகளை மனக்கண் முன் ஓடவிட்டு சொல்லத் தொடங்கினார். அன்று காலை எட்டு மணிக்கெல்லாம் வந்ததும் துணி மாற்றிக்கொண்டு அவரது பொறுப்பில் உள்ள நான்கு சிங்கங்கள், எட்டுப் புலிகள் அடைக்கப்பட்டிருக்கும் கூண்டுகளைப் பார்த்து வந்தார். அவை இவரைப் பார்த்தும் காலை வணக்கம் சொல்வது போல் மென்மையான உறுமலில் வலது முன்னங்காலைத் தூக்கி அசைத்து கூண்டுக் கதவைத் திறக்கச் சொல்லின. இவர் முதலில் புலிகள் கூண்டை ஒரு ஐந்து நிமிட இடைவெளிகளில் வெளியே செல்ல, அவகாசம் கொடுத்து ஒவ்வொன்றாய் திறந்து விட்டார். புலிகள் வனப்பகுதிக்குள் சென்றதை உறுதிப் படுத்திக் கொண்டு நூறடி தூரம் தள்ளி அடுத்த பகுதியில் உள்ள சிங்கங்களை ஒவ்வொன்றாகத் திறந்து விட்டார். புலிகள் சிங்கங்கள் வழக்கம் போலவே உலவச் சென்றன. எந்த மாற்றமும் இல்லை.

இதே போல மாலை ஐந்து மணி வாக்கில் ஒவ்வொன்றும் அதனதன் கூண்டிற்குள் வந்து அடைந்து கொண்டன. அப்பொழுதும் ராமு முதல்கொண்டு எல்லாப் புலிகளும் வழக்கம் போலவே அமைதியாக இருந்தன. வந்ததும் அதனதன் கூண்டிற்குள் வைக்கப்பட்ட சிறு தொட்டியிலுள்ள தண்ணீரைப் பருகின. எந்த மாற்றமும் இல்லை.

ஆறுமணி வாக்கில் இறைச்சி வாளிகள் வந்தன. ஒவ்வொன்றின் முன்னாலும் இறைச்சிக்கான கதவைத்திறந்து இறைச்சி வாளியைக் குப்புற சாய்த்தார். வழக்கமாய் தரும் கெட்டியான சதைகளும் எலும்புகளும் உள்ள மாட்டுக்கறி இல்லை. ஆட்டுக்கறியும் இல்லை. மொழு மொழுவென்று ரத்தவோட்டம் குறைந்த ஊளைச்சதைக்கூழ் இடது காலருகே பந்தாக விழுந்தது. பிராய்லர் கோழியாக இருக்கும் போலிருக்கு. ராமுப்புலி முதலில் இருந்தது. அதற்கு இறைச்சியைப் போட்டதும் அந்த சதைக் கூழை இடது காலால் தள்ளியது.

நெகிழ்வான கறியில் கால் சிக்கியது. அதனை எடுக்க முயன்று உதறியது. ஒரு சிறுபொதி கொத்தாய் விழுந்தது. ராமு உறுமியது. அதற்கு பசியில்லை என்று நினைத்துக் கொண்டு அடுத்த இறைச்சி வாளியை எடுத்து பக்கத்திலிருந்த மல்லிகாவின் முன் இருந்த சின்ன இறைச்சிக்கதவைத் திறந்து கொட்டிவிட்டு நகர்ந்தார். இப்படியே அடுத்தடுத்த ஆறு புலிகளுக்கும் அடுத்தக் கட்டடத்திலிருந்த சிங்கங்களுக்கும் இறைச்சிக் கொட்டி வந்தார். கோழி இறைச்சியின் மாறுபட்ட மணத்தை மூக்கை சுழித்து சுழித்து நுகர்ந்தன. முறுக்கை நொறுக்கி கடுக்முடுக்குன்னு மென்று தின்றவனிடம் வழ வழ நூடுல்சைக் கொடுத்து மென்று தின்னச் சொன்ன மாதிரிதான். இருந்தாலும் பசி வந்ததும் சாப்பிடும் என்று நினைத்து சிங்கங்களின் கூண்டுகள் சரியாகப் பூட்டப் பட்டுள்ளனவா என்று சரிபார்த்தவாறு திரும்பினார்.

சிங்கங்கள் வாயைத்திறந்து திறந்து கொட்டாவி விட்டனவே தவிர எவையும் தின்னத் தொடங்கவில்லை. இதே போல் ஒவ்வொரு புலிக்கூண்டாகப் பார்த்து பூட்டப்பட்டதை சரிபார்த்து திரும்பினார். இறுதியாக முதல் புலியான ராமுவிடம் வந்தார். ராமுவுக்கும் அவருக்கும் பத்துவருஷம் பழக்கம். இவர் பேசும் சொற்களை ராமு சரியாகவே புரிந்து கொள்ளும்.

என்ன ராமு இன்னும் திங்கலையா என்று சொல்லும் சைகையுமாக கேட்டபடி கூண்டுக்குள் எட்டிப் பார்த்தார். கூண்டின் கம்பி இடைவெளியில் வலது முன்னங்காலை நீட்டி ஏதோ சொல்வது போல் வேகமாய் அசைக்க ராமு புலியின் கால்நகம் அவரின் வலது கண்ணாம்பட்டையில் இழுபட சலசலவென்று ரத்தம் கண்ணில் ஒழுகுவதை உணர்ந்து அம்மான்னு கத்தியபடி கீழே விழுந்தார். இவர் கீழே விழுந்ததைப் பார்த்த ராமு வித்தியாசமாக ஒலி எழுப்பியது. இதைத் தொடர்ந்து மற்ற புலிகளும் ஒலி எழுப்பின.

சத்தம் கேட்டு இறைச்சி வண்டிக்காரரும் உதவியாளனும் ஓடிவந்து தூக்கி வந்து இளநிலைக் காப்பாளருக்கு தகவல் தெரிவித்தனர். காப்பக ஜீப்பில் சுப்பையாவை மருத்துவமனைக்கு கொண்டு வந்தனர்.

வார்டு கதவு தட்டப்படும் சத்தம் கேட்டது. முதுநிலைக் காப்பாளர் வந்தார். மருத்துவரிடம் சுப்பையாவின் உடல்நிலை குறித்து விசாரித்தார்.

சுப்பையா மெல்லத் தலையைத் தூக்கி வலது கையால் வணக்கம் செய்தார். அவரும் வணக்கம் செய்தபடியே தற்போது வலி குறைந்திருக்கா என்று மெல்லக்கேட்டார் அவர் தலையிசைத்தார்.

காப்பாளர் மூத்த மருத்துவரிடம் கேட்டார். "சுப்பையாவை விலங்குகள் காப்பகம் வரை அழைச்சிட்டுப் போய் ஒரு மணி நேரத்தில் கொண்டு வந்து விட்டுர்றோம். இதற்கு அவரது உடல்நிலை ஒத்துழைக்குமா".

"அவர் மன தைரியத்தோடுதான் இருக்காரு. ஆனால் வலது கண்ணை உடனே வெளியே எடுத்து மாற்றுக்கண் பொருத்தியாகனும் மருத்துவ நியதிப்படி அவரை அனுப்ப முடியாது. நோயாளி சம்மதிச்சாருன்னா, இதன் பின் ஏற்படும் விளைவுகளுக்கு எங்களை பழி சொல்லமாட்டோம்னு உறுதி கொடுத்தா அழைச்சிட்டுப் போங்க"

"டாக்டர், அங்கே இருக்கிற புலிகள் சிங்கங்கள் ஒன்னும் சாப்பிடாம கத்திகிட்டே இருக்குது. ஒரு வேளை சுப்பையா வந்து அவரை பார்த்ததும், அவரது சைகையறிந்து சாப்பிட வாய்பிருக்கிறது. புலிகள் ரெண்டு நாளா சாப்பிடாமல் இன்னும் ஆக்ரோஷமாய் நடந்து கொண்டால், எங்களுக்கும் அரசுக்கும் சிக்கலாகிவிடும்" என்றபடி சுப்பையாவிடம் சென்றார்.

இந்த உரையாடலைக் கேட்டபடி படுத்துக்கிடந்த சுப்பையாவின் இடது கண்ணில் கண்ணீர் வழிந்தது. சுப்பையாவின் முகத்தருகே குனிந்த காப்பாளரிடம் பலவீனமான குரலில் "புலிகளுக்கு மாட்டுக்கறி வச்சிங்களா" "மாட்டுக்கறிக்கிடைக்கலசுப்பையா" சுப்பையா மயக்கமாகிவிட்டார்.

31.12.2017தினமணி கதிர்

பிறிதின் நோய்

விபத்தில் விழுந்து பட்ட வலியினை விட விசாரிப்பின் வலி அதிகரணமாக இருந்தது. நேரிலும், தொலைப்பேசியிலும் இவரிடம் விசாரிப்பவர்களிடம் ஆதியோட அந்தமாக விவரித்து சொல்வது இவருக்கு சள்ளையாக இருந்தது. எனினும் அவர்கள் இவர் மீதான அன்பாலோ, அக்கறையாலோ சமூகக்கடமை காரணமாகவோ விசாரிக்கிறார்கள். அவர்களிடம் பாராமுகமாகவோ சிடு சிடுப்பாகவோ இருப்பது பண்பில்லை என்று தனக்குத் தானே தேற்றிக் கொள்வார்.

விபத்தில் சிக்கிய இவரை யாரும் பார்க்காமலோ, கேட்காமலோ இருந்திருந்தால் அந்த சமூக ஒதுக்கல் எவ்வளவு கொடுமையாக இருந்திருக்கும்?. இத்தகைய புறக்கணிப்பை இவரால் தாங்கிக் கொள்ள முடிந்திருக்குமா....?

வருகிறவர்கள் எல்லாம் பழங்கள், ஹார்லிக்ஸ் என்று கொண்டு வந்து குவிப்பது இவருக்கு கூச்சமாக இருந்தது. இவராக உண்ணவோ, குளிக்கவோ, உடுக்கவோ இயலாத நிலையில் இவரது மனைவியே இவருக்கு வலது கையும், இடது கையுமாக இருந்தார். இந்த இடர்ப்பாட்டில் இவரை விசாரிக்க வருபவர்களிடம் முகம் சுளிக்காமல் பேசி, அவர்களுக்கு தக்கபடி சர்க்கரை குறைச்சோ, இல்லாமலோ, அளவாகவோ, டீயோ, காபியோ, ஹார்லிக்ஸோ கொடுத்து உபசரிக்கும் இவரது மனைவிக்கும் பெருஞ்சிரமம்!

மனைவி என்ன நினைக்கிறாரோ என்று கவலைப்பட்டுக் கொண்டிருந்தார். வேலைக்காரம்மாள் கேட்டாள் "ஏம்மா நம்ம சாருக்கு எம்புட்டு ஆளுக பழக்கம்! பழங்களும், ஹார்லிக்ஸும் வாங்கிவந்து வரிசை வரிசையா வந்து விசாரிச்சிட்டுப் போறாங்க.."

"ஆமாம், லட்சுமி, இத்தனைக்கும் நாங்க யாருக்கும் ஒன்னும் சொல்லலை யாரு மூலமோ கேள்விபட்டு, வந்தவங்க ஒருத்தருக்கு ஒருத்தர் சொல்லியே இவ்வளவுபேரு வந்தாங்க. சொல்லியிருந்தோம்னு வச்சுக்க, டீ, காபி, போட்டும் பாத்திரம்

கழுவியும் உன்னால தீராது” நீ வீட்டுக்குப்போகும் போது பழங்களும், ஒரு ஹார்லிக்ஸ் பாட்டிலும் எடுத்து வச்சிருக்கேன், மறக்காம எடுத்திட்டுப்போ பிள்ளைகளுக்கு கொடு” என்று பெருமிதமாகச் சொன்னது இவருக்கு ஆறுதலாக இருந்தது.

இதெல்லாம் இருக்கட்டும் ஒருபக்கம் விசாரிக்கவந்தவர்கள் ஒவ்வொருத்தரும் மருத்துவராக மாறி யோசனைகள் சொன்னதை இவரால் தாங்க முடியவிலலை! ஒருத்தர் சொன்னார் “நம்மூரு சந்தைப் பேட்டையில நுடவைத்தியசாலைக்குப் போங்க. ஒரு முட்டைக்கட்டு, ஒரு மாவுக்கட்டு, ஒரு தைலக்கட்டுன்னு, மும்மூணு ஒன்பது நாள்ல எல்லாம் சரியாயிரும். மிஞ்சிப் போனா ஒரு ஆயிரம் அல்லது ஆயிரத்தைனூறு செலவு ஆகும்!”

இன்னொருத்தர் சொன்னார் “புத்தூருக்கு போனா ஒரே கட்டுல எலும்பு முறிவு சேர்ந்திடும்!”

இன்னும் சிலர் “அந்த எலும்பு முறிவு மருத்துவரை பாருங்க அருமையா பார்ப்பார். மருத்துவ விடுப்பு சான்று கூட அவரே தந்திருவார் மருத்துவ காப்புறுதியிலேயே செலவை சமாளிச்சிறலாம்”

“அந்த மல்டி ஸ்பெஷாலிட்டி ஆஸ்பத்திரிக்கு போங்க. காசு செலவானாலும் நல்ல ட்ரீட்மெண்ட்”

சிடு சிடு வென்று வேலை வேலைன்னு எவரிடமும் முகம் கொடுத்து பேசாது திரிந்தவர் இவற்றை எல்லாம் சிரித்த முகத்தோடு சகிக்கப் பழகிக் கொண்டார்.

இன்னொரு நண்பர் பேசியதை இவரால் பொறுக்க முடியவில்லை. அவர் கேட்டார். உங்களுக்கு என்ன நட்சத்திரம், என்ன ராசி? என்ன கிரகதிசை? இதுக்கு என்ன பரிகாரம்னு உங்க ஜாதகத்தை பாருங்க. “உங்களுக்கு நல்ல தீர்வு கிடைக்கலாம்!”.

இவர் சொன்னார், “எனக்கு கெட்ட நேரமில்லை. நல்ல நேரம் தான்! என் பைக்மீது பக்கவாட்டில் வேகமாக வந்த ஆட்டோ மோதியதில் எனது வண்டி மேலே போய் கீழே விழுந்ததில் நானும் மேலே போய் கீழே விழுந்த போது தலையில் அடிபடாதிருக்க வலது கை ஊன்றினேன். வலது கை எலும்பு முறிவுதான். தப்பித்துக் கொண்டேன். தலையில் அடிப்பட்டிருந்தால்... பேரபாயம் அல்லவா நேர்ந்திருக்கும்! அந்த போக்குவரத்து நெரிசலான ரோட்டில் ஒரு

வாகனமும்வராமலிந்தது; நல்ல நேரமல்லவா" என்றார் இவர். அவரோ "ஆமாம், கெட்ட நேரத்தில் ஒரு நல்ல நேரம்" என்றார்.

"ஆமாம் எதிர்கொள்ளாத கொடுரத்திற்கு எதிர்கொண்ட துயரம் தேவலை தான்!" என்றார் இவர்.

ஆமாம் அந்த ஆட்டோ டிரைவரை என்ன செஞ்சீங்க?" ஆட்டோ டிரைவரை என்ன செய்ய? அவர் என் மேலே மோதனுமுன்னா ஓட்டி வந்தார்? ஏதோ கவனக் குறைவிலே நடந்திருச்சு. அவரு கிட்ட நஷ்டஈடா வாங்க முடியும்.அவரு பதறிப் போய் அந்த ஆட்டோவில் ஆஸ்பத்திரிக்கு கொண்டு வந்து சேர்த்திட்டு நடுங்கிப்போய் நின்றார். நான் அவரை போகச் சொல்லிட்டேன்." "அப்போ அவருக்குத்தான் நல்ல நேரம்!" என்றார் நண்பர்.

இவர் அடிக்கடி மனதுள் வேண்டிக் கொள்வார் எந்த ஆஸ்பத்திரியிலும் இருந்து சிகிச்சை பெறாத வாழ்க்கை வேண்டும். இவர் அடுத்தவர்களுக்கு பிறந்தநாள் வாழ்த்து கூறும்போது கூட "நோய் நொடியில்லாமல் பல்லாண்டு வாழ்க!" என்றே சொல்லுவார்.

ஆனால் இன்று மருத்துவமனையில் தங்கி அறுவைச்சிகிச்சை செய்யும் நிலை வந்துவிட்டதே.

அறுவை சிகிச்சைக்குத் தேவையான அனைத்து சோதனைகளும் மேற்கொள்ளப்பட்டன. சக்கரையும் இரத்த அழுத்தமும், இதய இயக்கமும் இயல்பாகவே இருந்தன. கவலை இல்லை. மயக்க மருந்தும் சோதிக்கப்பட்டது. அறுவை சிகிச்சை கூடத்திற்கு கொண்டு சென்றார்கள். இவரது இரு புதல்வர்களும் உடன் வந்தார்கள். இளைய மகன் ஒரு மருத்துவர் என்ற ரீதியில் மருத்துவமனை நிர்வாக அனுமதியுடன் அறுவை சிகிச்சை கூடத்திற்குள் அனுமதிக்கப்பட்டிருந்தார்.

மயக்க மருந்து நிபுணர் அறுவை சிகிச்சை செய்யப்பட வேண்டிய வலது கையில் மயக்க ஊசி செலுத்தினார். பத்து நிமிடத்திற்குள் கை மரமரத்து போகவேண்டும். ஆனால் மரமரப்பு ஏற்படவில்லை. அறுவை சிகிச்சை மருத்துவர்கள் இவரது கையைத் தொடுவதையும், கிள்ளும்போது ஏற்படும் வலியையும் சொன்னார். ஒருவேளை மயக்கநிலை தாமதமாக வரலாம். கொஞ்சம் பொறுத்திருந்து பார்க்கலாம் என்று முடிவெடுத்தார்கள். பத்து நிமிடங்கள் நகர்ந்தன. அவர்கள் பேசிக்கொள்வதெல்லாம் இவருக்கு கேட்டுக்

கொண்டிருந்தன. இவர் சிரித்தார். சுற்றியிருந்த மருத்துவர்கள் எல்லோரும் அதிர்ந்து என்னவென்று விசாரித்தனர். "எனது மூத்த மகனுக்கு ஹிரன்யா அறுவை சிகிச்சை செய்தபோது இதேபோல் மயக்க நிலை ஏற்படத் தாமதமானது. அறுவை சிகிச்சை முடிந்த பின்னும் தூக்கம் வராமல் முணங்கிக் கொண்டிருந்தான். எங்களது உடல்வாகே மயக்கத்துக்கு எதிரானது போலிருக்கு" என்றார் சிரித்தபடி.

அறுவை சிகிச்சை நிபுணர்இ மயக்க மருந்து நிபுணருடன் கலந்தார். அறுவை சிகிச்சை செய்யும் பகுதியில் மட்டும் மரமரத்துப் போவது மாதிரி இன்னொரு முறை மயக்க மருந்து கொடுத்துப் பார்க்கலாம்" என்றார். மயக்க நிபுணர் அறுவை சிகிச்சை நிபுணர் மறுதலித்தார். "ஒருவேளை மிகக்கூடுதலான மயக்கமாகி எதிர்வினையாகிவிட்டால் என்ன செய்வது. ஆகவே இந்த அறுவை சிகிச்சையை நாளைக்கு வைத்துக் கொள்வோம். இன்னொரு முறை முன்சோதனை செய்து கொள்வொம்" என்று இவரது மருத்துவர் மகன் கருத்து தெரிவித்தார். அறுவை சிகிச்சை தாமதமாவது கண்டு இவரது பெரிய மகனும், மனைவியும் நெருப்பின் மீது நின்றது போல் தவித்துக் கொண்டிருந்தனர். இளைய மகன் வெளியில் வந்து விவரம் சொல்லி ஆறுதல் படுத்திவிட்டு உள்ளே வந்தார். அறுவைசிகிச்சை தள்ளிப்போடப்பட்டது.

மருத்துவர்களுக்கிடையே மனக்கசப்பும் கருத்து மோதலும் வெளிப்பட்டது. "நோயாளியின் உறவினரை அறுவை சிகிச்சைக் கூடத்திற்குள் அனுமதித்திருக்கக் கூடாது. அவர் இல்லாமல் இருந்தால் இந்நேரம் அறுவை சிகிச்சை முடிந்திருக்கும்" என்று மயக்க மருந்து நிபுணர் கடுப்போடு சொன்னார். "அதை விடுங்க, நோயாளிக்கு மயக்கநிலை ஏற்படாமல் எப்படி அறுவை சிகிச்சை மேற்கொள்ள முடியும்! நோயாளியின் உடல் ஒத்துழைக்காமல் எதிர்வினை காட்டினால் என்னாவது. ஆகவே தான் இன்னொரு முறை மயக்க சோதனையை தெளிவாகச் செய்த பின் அறுவைச்சிகிச்கை மேற்கொள்வோம் என்று முடிவெடுத்தோம். இன்னொரு விஷயம் நோயாளியின் மகன்கள் இருவரும் அரசு உயரதிகாரிகள் சிகிச்சையில் ஏதாவது சிக்கல் என்றால் நாம் அதை சமாளிக்க முடியாது.

இந்த பேச்சுக்கள் எல்லாம் இவரது காதில் விழுந்தன. இவருக்கு இப்போது அரை மயக்க நிலை. கைவலி ஒருபுறம், கருத்து வலி ஒரு

பக்கம். முள்ளிடை மலர்ந்த நெருஞ்சி போல விழித்தும் விழியாத கண்களால் மலங்க மலங்கப் பார்த்தார். மகன்கள் இருவரும் கூடிப் பேசினர். "அப்பாவை வீட்டிற்கு அழைத்துப் போகிறோம். நாளைக்கு காலை வருகிறோம்" என்று சொல்லி இவரை வீட்டிற்கு அழைத்து வந்து விட்டனர்.

அப்புறம் இளைய மகன் படித்த ஒரு அறக்கட்டளை மருத்துவமனையில் சேர்த்தனர். அம்மருத்துவ மனையில் கடல்போல் நோயாளிகள் கூட்டம் அலை மோதியது. பல மாநிலத்தவர்கள் பல மதத்தவர், பல சாதியினர், பல மொழி பேசுபவர்கள் அவரவர் அடையாளங்களுடன் தென்பட்டனர் நோய்மை முகங்களில் நம்பிக்கை பூசியபடி! நோய்மைக்கு சாதி, மத மொழி, பேதங்கள் உண்டா என்ன? அம்மருத்துவ மனையில் பூரண மயக்கமருந்து கொடுத்து அறுவை சிகிச்சை முடிந்தது. இரண்டுநாள் கவனிப்பிலே எலும்பு முறிவுக்கு வைக்கப்பட்ட உலோகப்பட்டை சரியாக பொருந்தியுள்ளதை எக்ஸ்ரே மூலம் அறியப்பட்டது. கைவலி இல்லை. தொட்டில் கட்டி அசைக்காமல் இருந்தது சள்ளையாக உணர்ந்தார். மூன்றாம் நாள் உடலுறுப்பு இயக்க பயற்சி தரப்பட்டது. இப்பயிற்சியில் தான் கூடுதல் வாதையை உணர்ந்தார். எலும்பு முறிவின் போது ஏற்பட்ட வலியை விட உடலியக்க சிகிச்சைக்கான வலி தாங்க முடியாமலிருந்தது. நோய்மையை விட சிகிச்சை வலிமிக்கது என்ற பழமொழி நினைவுக்கு வந்து கிச்சு கிச்சு மூட்டியது.

கைகட்டோடு மருத்துவமனை கழிவறைக்கு போவது அளப்பரிய அவஸ்தையாக இருந்தது. ஒவ்வொரு தனிவார்டிலும் ஒரு சிறிய அறையிலிலேயே கழிக்கவும், குளிக்கவும் அமைப்பிருந்தது. ஒருவர் மட்டுமே உள்ளிருக்க முடியும். உதவியாளர் உள்ளே நுழைந்தால் படுசிரமம். இவருக்கு இயற்கை உந்துதலைக் கழிக்க அச்சலுத்தியாக இருந்தது. கழித்து தானே ஆகவேண்டும். இவர் மட்டும் அங்கலாய்ப்புடன் உள்ளே நுழைந்து வேகமாய் கதவை சாத்தினார். கதவிடுக்கில் மாட்டிய பல்லி ஒன்று துள்ளி விழுந்தது. வால் மட்டும் துண்டிக்கப்பட்டு துடித்துக் கொண்டிருந்தது. பல்லி தப்பித்து ஓடி நவீன கழிவு கோப்பையில் இடுக்கில் ஒளிந்து கொண்டது. சுவரேற இறங்க உதவும் வால் அறுந்தாலும் பல்லி இயங்குகிறது! நாளா வட்டத்தில் வாலும் வளர்ந்து விடுகிறது. மனிதனுக்கு உறுப்பு போனால் போனதுதான். அவன் தான் வேறுவேறு உபயங்கள்

உபகரணங்கள் உதவியால் உபாதைகளோடு இயங்க வேண்டியிருக்கிறது.

நல்லவேளை, மேற்கத்திய கழிவு கோப்பை கொஞ்சம் சிரமக் குறைவோடு இயற்கை உந்தலைக் கழித்தார். துணைவியார் வெளியிலிருந்து நான் வரட்டுமா என்று கேட்டுக் கொண்டிருந்தார். இவர் எல்லாம் முடித்து விட்டேன் என்றதை துணைவியார் நம்பாமல் பார்த்தார்.

வலது கை பாதிக்கப்பட்டதால் கழிவறை விஷயத்தில் பிரச்சினை இல்லை. சாப்பிடும் போது மட்டும் மனைவி ஊட்டுவார். சிலசமயங்களில் மனைவி பிசைந்து வைத்ததை ஸ்பூனில் எடுத்து சாப்பிடுவார். இடது கை அடிபட்டிருந்திருந்தால் என்ன செய்வது? என்ன, உண்பதும், கழுவுவதும் ஒரே கையில் தான்!.

ஆமாம், நிரந்தரமாய் இரு கைகளும் பயன்படுத்த இயலாதவர்கள் என்ன செய்வார்கள்? ஆக கையில் இடது என்ன வலது என்ன? அது வாழ்வதற்கு பயன்படுவதாக இருந்தால் சரி! என்று சிந்தனைகள் ஓடின.

கை இயக்க பயிற்சிதான் மிகுந்த வலியாக இருந்தது. ஏறக்குறைய இருபது நாள்கள் கட்டுப் போடப்பட்டு இயங்காத நிலையில் அசைவற்று இருந்த விரல்களும், கையும் விடைத்து இருந்தன. விரல் இணைப்புகள், மணிக்கட்டு, முழங்கை வலது தோள்பட்டை என ஒவ்வொரு பகுதியையும் அழுத்தியும் மெழுகுபத்து போட்டும், மின்னதிர்வு கொடுத்தும் மசாஜும் செய்யப்பட்டது. வலி கடுமையாக இருந்தது. தாங்க முடியாமல் பல்லைக் கடித்துக் கொண்டு முனங்கினார் நெளிந்தார். வலது கை எலும்புகளையும், நரம்புகளையும் கலைத்து பின் இணைதத்துபோல் இருந்தது. பிரிச்சு மேஞ்சிருவேன் என்பார்களே இது அது தானோ என நினைத்து மனசுக்குள் சிரித்துக் கொண்டார். பற்கள் இறுகி வாய்கதவுகளை இறுக மூடியிருந்தார். அம்மா பிரசவிக்கும் போது கூட இவ்வளவு கொடுமையான வலியை அனுபவித்திருக்க மாட்டார். உடலியக்க சிகிச்சை முடிந்ததும் அந்தக் கூடத்தில் நாற்காலியில் கண்மூடி சாய்ந்திருந்தார். மனைவி ஆறுதலாக தோளைத் தொட்டபடி இருந்தார்.

அடுத்த அறையில் ஒரு சிறுமி அழும் சத்தம் கேட்டது. மெல்ல கண் திறந்து பார்த்தார். தொடை எலும்பு முறிந்து கட்டுப்

போடப்பட்ட சிறுமிக்கு காலசையச் செய்து பயிற்சி கொடுத்துக் கொண்டிருந்தார் மருத்துவர். இன்னொரு பெண்ணுக்கு இடுப்பெலும்பு முறிந்தற்காக தொடையையும் இடுப்பையும் அழுத்திபிடித்து மெல்ல மெல்ல அசைக்கச் செய்தார் பயிற்றுநர். அந்தப் பெண் வலிதாங்காமல் பல்லைக் கடித்துக் கொண்டு விம்மினாள். பார்க்கவே மனதை பிசைந்தது. இதை எல்லாம் பக்கத்து அறைக்குச் சென்று பார்த்து வந்து மனைவி சொன்னார்.

ஆண்கள் கூடத்தில் விபத்தில் முழங்கால் மூட்டு விலகிய வாலிபர் ஒருவரை குப்பற படுக்க வைத்து காலை பின்பக்கமாகச் சாய்த்து சாய்த்து நிமிர்த்தி, அசைத்து இறுகிய தசைக்கும் மூட்டுக்கும் தளர்வான இயக்கத்தைக் கொடுத்துக் கொண்டிருந்தார் பயிற்றுநர். அந்த வாலிபர் அம்மா அம்மா வென்று முனங்கி அரற்றினார்.

இப்படி விதவிதமான எலும்புமுறிவு நோயாளிகள், அவர்களின் வலிகளைப் பார்த்தார். இவரது வலி வலியாகத் தெரியவில்லை. மெல்ல மனைவி துணையின்றி எழுந்து நின்று வலது கையைத் தூக்கி மெலும் கீழும் பக்கவாட்டிலும் அசைத்தபடி நடந்தார். இவர் முன் பெரும் பெரும் வலிகள் கோடுகாளக நீண்டு நீண்டு நின்றன!. இவர் மிக மிகச் சின்ன வலிக்கோட்டின் தொடக்க புள்ளியாகத் தெரிந்தார்.

"வலிகள் இல்லாத உலகம் சாத்தியப் பட வேண்டும்" என்று மனதுக்குள் நினைத்துக் கொண்டார்.

- வண்ணக்கதிர் (03.04.2018)

சுடரும் புன்னகை

"**பே**ப்பர்காரரை இன்னும் காணோமே? மணி ஏழரை ஆகப்போகிறது. மற்ற நாளுன்னா வீட்டை பூட்டிவிட்டு போயிறலாம். அவரும் வரண்டாவில் பேப்பரை போட்டு விட்டு போயிருவாரு. அவரு கைமாற்றாக இரண்டாயிரம் ரூபாய் கேட்டாரு. வீட்டு வாடகைக்கு கொடுக்கனும். ஒரு வாரத்தில் மகனுக பணம் அனுப்பினதும் கொண்டுவந்து தர்றேன் சாருன்னாரு" என்று முணுமுணுத்தவாறே சுவர்க்கடிகாரத்துக்கும், வீட்டு வாசலுக்கும் இவரது கண்கள் பந்தாடிக் கொண்டிருந்தன.

"மனைவி குளித்து தயாராவதற்குள் பேப்பர்காரரர் வீட்டிலேயே கொடுத்துட்டு வந்துறலாமே. அவருக்கும் வீட்டு வாடகை பிரச்சினை தீரும். நமக்கும் மனசு அலைபாயாம ஓர்மையா வெளியூர் கிளம்பத் தோதாயிருக்கும்" என்று பணத்தை எடுத்து பாக்கட்டில் வைத்துக் கொண்டு "வெளியே போயிட்டு அஞ்சு நிமிஷத்தில் வந்துர்றேன், நீ தயாராயிரு", என்று சொல்லி பதிலை எதிர்பார்க்காமல் இவர் கிளம்பினார்.

மனைவியிடம் விவரம் சொன்னால் எங்கே, எதுக்கு என்ற கேள்விகளோடல்லாமல் "யாராவது வீடுதேடிப்போய்க் கடன் கொடுப்பாங்களா? அதுவும் பேப்பர் போடறவருக்கு" என்ற கிண்டலாக கேட்டு இவரை இந்த உலகத்தில் வாழத் தகுதியில்லாத அப்பாவிப்பிறவி போல சுருக்கென்று குத்தி வெடிச்சிரிப்பை உதிர்ப்பாள்.

மனைவியின் கேள்வியில், ஆதங்கத்தில் நியாயம் இருக்கும். இவரது செயல்பாடுகளில் எண்ணங்களில் வெளிப்படும் நோக்கங்களும் அர்த்தங்களும் தன் காரியவாதிகளுக்கு கொஞ்சம் விநோதமாகத்தான் இருக்கும்.

இவர் வண்டியை எடுத்துக் கிளம்பினார். இவருக்கே கூட உறுத்தலாக உணர்ந்தார். பேப்பர் போடறவரைத் தேடிப்போய்க் காசு

கொடுக்கணுமா இன்னிக்கு நாம வெளியூர் போயிட்டோம்ன்னா நாளைக்கு வந்து வாங்கிட்டுப் போயிடுறாரு. இது என்ன வீட்டு வாடகையை ஒரு நாள் தள்ளிக் கொடுத்தால் என்ன பெரிய விபரீதம் நடந்திரும். அவருக்கென்ன அவ்வளவு முக்கியத்துவம்?

இவருக்குள் இப்படி அலை அலையாய் எண்ணங்கள் எழுந்து குமிழ்விட்டன. இந்த பேப்பர்போடறவரின் பெயரும் இவரது அப்பாவின் பெயரும் ஒன்றே. இவர் சின்ன வயதிலேயே தந்தையை இழந்தவர். இவரது அப்பாவின் பெயரை தனக்கு பிறந்த பெண் பிள்ளைகளுக்குச் சூட்டி அழகு பார்க்க முடியவில்லை. அதனால் இவர் அந்த பேப்பர்காரரை முழுப்பெயரைச் சொல்லித்தான் கூப்பிடுவார். அவரும் தன் பெயர் சொல்லி அழைப்பது குறித்து சலனப்பட்டுக் கொள்ளவில்லை.

ஆனால் இவருக்குத்தான் கொஞ்சம் உறுத்தலாக இருந்தது. தன்னைவிட ஐந்தாறு வயது மூத்தவரை பெயர் சொல்லி அழைக்கிறோம்....! ஒருநாள் இவரே அவரிடம் கேட்டுவிட்டார். "நான் உங்கள் பெயரைச் சொல்லி அழைப்பதில் வருத்தமில்லையே...."

"அப்படியெல்லாம் ஒன்றுமில்லை சார். நீங்களாவது என் பெயரைச் சொல்லிக் கூப்பிடுறீகளே... என்பேரு எனக்கே மறந்து போச்சு. நான் பள்ளி கூடத்தில் படிக்கையில வாத்தியாரு என் பெயரைச் சொல்லி கூப்பிட்டதோடு சரி. வேற யாரும் என் முழுப் பெயரைச் சொல்லிக் கூப்பிட்டதில்லை. என் மனைவி, மக்கள், சொந்த பந்தங்கள், முதலாளிகள் உட்பட என்னை யாரும் முழுப்பெயர் சொல்லிக் கேட்டதில்லை. எல்லாரும் சாமி, சாமின்னு கூப்பிட்டு என் பேரே எனக்கு மறந்து போச்சு என் பேரப் பிள்ளைகளுக்குக் கூட தாத்தா பெயரில்லை. ஏதோ வாய்க்கு விளங்காம புதுசு புதுசா தினுசு தினுசா பேரு வைக்கிறாங்க. நீங்க வயசுல குறைஞ்சவரா இருந்தாலும் கவருமெண்ட் சர்வீசிலிருந்து ரிட்டயரானவரு. என்னை மாதிரி ஊர்க்காலியா திரியறவரில்லை நீங்க என் பெயரைச் சொல்லிக் கூப்பிடறதில எனக்கு வருத்தம் இல்லை" என்று தலையைக் குனிந்து இடது கையால் பிடறியைத் தடவி நிமிர்ந்ததும் ஒரு புன்னகையை உதிர்த்து விரைவாhகக் கிளம்பினார். வெயில்பட்டும் வறுமைபட்டும் கரும்பழுப்பாய் மின்னும் அவர் முகத்தில் கபடமில்லாத ஓர் ஒளிமிளிரும். அந்த

சிரிப்புதான் அவருக்கு பெரும்கவசம். அவர் செய்யும் சிறு சிறு தவறுகளையும் மறக்கச் செய்யும்! வாழ்வின் அனுபவங்களிலிருந்து பூத்த அறிவார்ந்த சிரிப்பா, இல்லை தனக்கு விதிச்சது இதுதான் என்று வாழ்க்கையின்சூழலுக்கு ஒப்புக் கொடுத்த சிரிப்பா என்று புதிராக இருக்கும். சூழலை தன வசப் படுத்தியிருந்தால் அவர் இன்று உயர்ந்த நிலையில் இருந்திருக்கக் கூடும்!.

அவர் கடந்து வந்த ஏற்ற தாழ்வுகளையும், ஏமாற்றங்களையும் மறந்து எப்படி அவரால் சிரிக்க முடிகிறது என்பது பெரிய ஆச்சரியம் தான். அவர் இந்த நகரத்திலேயே மிகப் பெரிய உணவகத்தை நடத்தி வந்தார். அவர் சமையல் நுட்பத்தில் பெரும் நிபுணர். அவர் என்ன பலகாரம் செய்தாலும், என்ன உணவு வகைகளைச் செய்தாலும் தனித்துவமான அபாரருசி இருக்கும். அப்படி ஒரு கைபாவம். அவரது நளபாகத்துக்காகவே உணவத்தில் கூட்டம் கூட்டமாக உணவகத்துக்கு உண்ண வருவர். இந்த கைபக்குவத்தினை நம்பி வருபவர்களின் ருசி பாவத்துக்கு பங்கம் வந்துறக்கூடாது என்பதற்காகவே அவர் சமையல் கட்டில் இருந்து கொண்டு தனது அண்ணன் மகனை கல்லாவில் உட்கார வைத்தார். உணவுப் பண்டங்கள் விற்றுத் தீர்கின்றன. கல்லாவில் பணம் இல்லை. பல சரக்கு கடையில் கடன் தொகை ஏறிக்கொண்டே போனது.

காலம் கடந்த ஞானம் வந்தென்ன பயன். கடையை மூடநினைத்தார். சமையல் பொறுப்பை அவரே ஏற்றுக் கொள்வதாக இருந்தால் நல்ல கௌரவமான சம்பளம் கொடுத்து கடையை வாங்க ஒருத்தர் முன்வந்தார். கடன் தொலைந்தால் சரி என்று ஒப்புக்கொண்டார். தானே ராஜா தானே மந்திரி என்றிருந்தவருக்கு ஒத்துவரவில்லை. முதலாளிக்கும் அவருக்கும் கருத்து மோதல் கௌரவயுத்தமாக வெடித்தது. முதலாளியும் ஒருத்தரை நம்பியே தொழில் பண்ணுவது ஆபத்தில் முடியும் என்று உணவகத்தின் ஒருபகுதியில் துரித உணவு வகைகளையும் தயாரிக்க புதிய சமையல்காரரை கொண்டு வந்தார். இம்முயற்சி நம்மவருக்கு பிடிக்கவில்லை. உடல் நலம் பாதிப்பு என்று விலகுவதாக தெரிவித்தார்.

ருசிபாவம், புதுப்புது பலகாரம் என்று குனிந்து குனிந்து அடுப்படியில் வெந்தவர் உடல் கூனி நிறம் கறுத்து வெளியே வந்தார். கடன் இல்லை என்ற ஆறுதல் தவிர வேறு இல்லை.

இவரது சமையல் கலையை பயன்படுத்திக் கொள்ள கல்யாண சமையல் ஒப்பந்ததாரர்கள் போட்டி போட்டார்கள். யார் அதிகம் பணம் தருகிறார்கள் என்பதைவிட யார் மதிக்கிறார்களோ அவர்களது குழுவில் சேர்ந்து சமைத்தார். சமையல் காரர்களோடு ஊர் ஊராய்த் திரிவது ஒத்துவரவில்லை. இருந்தாலும் இரு பையன்கள் ஒரு பெண் கல்யாணம் வரை தேசம்விட்டு தேசம் பறந்து சமைத்தார். அவருக்கு சிரமம் கொடுக்காது குடும்பத்தை பாதுகாத்து வந்த மனைவி உடல் நலிந்து தனிமையில் துயரப்படுவதை உணரவும் சமையல் தொழிலுக்கு முற்றுப் புள்ளி வைத்தார். அவர் அடுப்படிக்கு போவது மனைவிக்காக மட்டுமே என்ற முடிவில் சந்தோசம் கண்டார்.

ஊருக்கே உணவளித்தாலும் அவருக்கு சொந்த வீடில்லை, வாடகை வீடுதான். பிள்ளைகள் பணத்தைக் கொண்டு வீட்டு வாடகை மற்றும் இருவருக்குமான உணவு மருந்து தேவைகளுக்கு இழுபறியாக இருந்தது. அதிகாலையில் எழுந்து பழகியவருக்கு தூக்கம் வராமல் நடந்த ஒரு அதிகாலைப் பொழுதில் செய்தித்தாள் போடும் வேலை கிடைத்தது. அவருடைய பழைய ரலே சைக்கிளுக்கும் மறுவாழ்வு கிடைத்தது. இப்படியாகத்தான் அவர் இவர் வீட்டில் பேப்பர் போடும் போது நெருக்கமானார். வாழ்ந்து கெட்டாலும் விழுந்து விடாமல் நம்பிக்கையோடு அலையறாரே மனுஷன் என்று இவருக்கு அவர்மீது தனி மரியாதை உருவானது.

ஒரு சமயம் பத்து நாள்களாக அவரைப் பார்க்கவில்லை. ஆனால் பேப்பர் மட்டும் சரியாக வந்து கொண்டிருந்தது. பதினோராம் நாள் முகமெல்லாம் வெண்தாடி பூக்க வழுக்கை தலை ஒளிர வந்தார். என்னங்க ரொம்பநாள் பார்க்க முடியலை உடம்புக்கு சரியில்லையா என்று விசாரிக்கையில் நெகிழ்ந்த குரலில் சொன்னார்.

“அம்மா வண்டி ஏறிட்டாங்க!” இமைக்கும் பொழுதுக்கும் குறைவான நேரத்தில் ஒரு புன்னகையை உதிர்த்து தலையைக் குனிந்து நிமிர்ந்தார். இவருக்கு இதயக்குலையை சுண்டி இழுத்தது போல் இருந்தது.

“ஆமாம் அவளுக்கு முந்தி நான் செத்துட்டா இந்த பசங்கள்கிட்ட இழுபட்டுச் சாவாளேன்னு கவலைப்பட்டேன். எனக்கு முந்தி புண்ணியவதி பிராணனை விட்டு என் கவலையைக் குறைச்சிட்டா..” இந்த மூணு மாசம் அவளுக்கு எல்லாம் நான்தான். நாற்பது வருஷம்

என்னைக் கலங்காம காத்தவளுக்கு என்னால முடிஞ்ச பணிவிடை செஞ்சேன்...." என்று இறுகிய குரலிலும் பிசிறில்லாமல் பேசி பளிச்சென ஒரு சிரிப்பு சிரித்தார்.

அவரின் இந்த உருக்கமான குரலும், பளிர் சிரிப்பும் இவரை இம்சித்தது எனினும் அவர் மீதான மரியாதை கூடியது.

இவருக்கு இரண்டு பெண் பிள்ளைகள் நல்ல இடங்களில் கட்டிக் கொடுக்கப்பட்டு அவர்கள் நல்ல உத்தியோகம், சொந்த வீடுன்னு குறைவில்லாமதான இருக்காங்க. இவரையும் மனைவி்யும் அவர்களோடு வந்து இருக்கச் சொல்கிறார்கள். சின்னமகள் வீட்டில் இருப்பதா பெரியமகள் வீட்டில் இருப்பதா என்ற தடுமாற்றம் ஒரு புறம். இருந்தாலும் சம்பந்தகாரரர் வீட்டில் எப்படி நிரந்தரமாய்த் தங்குவது? வசதி வாய்ப்பா இல்லை? இருவருக்கும் ஓய்வூதியம் இருக்கிறது, சொந்த வீடு, நட்புடன் உறவாட நண்பர்கள் இவர்களை எல்லாரையும் விட பணியாற்ற, சிந்தனை பரிமாற பழைய சங்க நண்பர்கள்! இயன்றவரை உதவிநாடி வந்தவருக்கு உதவும் வாய்ப்பு இவற்றை எல்லாம் உதறி தன் பிள்ளை தன் பெண்டு என்று இருக்க முடியுமா? ஆனாலும் தன்னை விட தனது மனைவியின் உதவியும், ஒத்தாசையுமே பிள்ளைகளுக்குத் தேவைப்படுவதை பல சந்தர்ப்பங்களில் உணர்ந்திருக்கிறார். அப்பொழுதெல்லாம் தனது மனைவிக்கு முன்னரே தன் வாழ்க்கை முடிந்துவிட வேண்டும். அதுதான் தனக்கும் தனது மனைவிக்கும் நல்லதென்று நினைத்துக் கொள்வார்.

இந்த பேப்பர் சாமியின் கூற்று அவரை புரட்டிப்போட்டுவிட்டது. அவர் வசதி, வாய்ப்பு இல்லாத நிலையிலும் மனைவிக்கு எந்தச் சிரமமில்லாத வாழ்வின் இறுதிப்பகுதி அமைய வேண்டும் என்று நினைத்தவாறே பூர்த்தி செய்த பெருந்தன்மை எங்கே? நாம் எங்கே? என்று இவர் தனக்குள்ளே மனம் வருந்தினார். ஆனாலும் பேப்பர்க்கார சாமி மீது இவருக்கு: மரியாதை இன்னும் கூடியது. தான் பலருக்கு ஆசிரியராக இருந்தாலும் இவர் நமக்கு ஆசிரியர் என்று மனதுக்குள் வரித்துக் கொண்டார்.

பேப்பர் சாமி இப்படி மனதளவில் உயர்ந்து நின்றதால்தான் கடன் கொடுக்கத் தேடிப் போய்க் கொண்டிருக்கிறார். பேப்பர் சாமி அடித்தட்டு மக்கள் தெருக்கமாக வாழும் பகுதியில் ஒரு ஓட்டுவீட்டில் குடியிருந்தார். வண்டியை ரோட்டில் நிறுத்திவிட்டு சந்துக்குள் நடந்து போனார்.

வீட்டின் முன் கூட்டமாக ஆள்கள் நின்றிருந்தனர். அசாதாரணமான அமைதியிடையே கிசுகிசுத்த குரல்கள் வீட்டின் முன் அவரது சைக்கிளில் பேப்பர் பை தொங்கியது. பை நிறைய செய்திதாள்கள். சைக்கிள் கேரியரிலும் செய்தித் தாள்கள் இருந்தன.

இவர் பக்கத்து வீட்டுக்காரரிடம் விசாரித்தார். மணி எட்டாகப் போகுது சைக்கிள்ள பேப்பரை வச்சிட்டு சாமி வீட்டுக்குள்ளே என்ன செய்யிறாருன்னு எட்டிப்பார்த்தேன். அவரே டீ போட்டு பாதித் டீ யை குடித்தபடி கீழெ கிடந்தார். சாமி சாமின்னு எழுப்பினேன். குரல் இல்லை. அசையாமல் கிடந்தார். உயிரில்லை இப்போது தான் எல்லாருக்கும் தகவல் சொல்லிக்கிட்டிருக்கோம். வீட்டில் பேப்பர் சாமியின் தலைமாட்டில் பூ போட்ட போட்டோவில் அவரது மனைவி முறுவலித்தபடி இருந்தார். போட்டோவிற்கு கீழே பக்கத்து வீட்டம்மாள் விளக்கேற்றி இருந்தார். அதன் சுடரில் பேப்பர்சாமி என்ற ராஜகோபாலின் புன்னகை ஒளிர்ந்து அலைந்தது!.

29.04.2018 தினமணி கதிர்

ஆன்மநேயம்

இவன் வேகமாய் நுழைந்து அறைக்கதவை உள்பக்கமாகத் தாழிட்டுக் கொண்டான். வங்கியிலிருந்து அறைக்குள் வருவதற்கிடையில் அழுதுவிடுவோமோ என்ற அச்சம், இடிஇடித்து மனசு குமுறியது. கண்களில் நீர் முட்டிக்கொண்டிருந்தது. வாயைத் திறந்தால் விம்மல் வெடித்திடுமோ என்று இறுக்கமாக மூடியிருந்தான்.

உடன்பணியாற்றும் சக ஊழியர் ஒருவன் இவனது ஆண்மையை சந்தேகிக்கும் படியாகக் கிண்டல் செய்தான். அனுமன்பக்தன், பிரம்மச்சாரியாக இருக்கிறது ஆண்மைக்கு இழுக்கானதா?

இன்று வங்கியில் புதிதாகப் பணியில் சேர்ந்தவர்களுள் அறுவர் பெண்கள். இருவர் ஆண்கள். அவர்களை வரவேற்று வாழ்த்தும் நிகழ்வுக்கு இவனையும் சகப்பணியாளர்கள் அழைத்தனர். இவன் செல்ல மறுத்தான் அந்தப் பெண்களில் யாராவது ஒருவர் இவனுக்கு காதலியாகலாம் வருங்கால மனைவியாகலாம் என்றனர். இவன் கூச்சத்தோடு மறுத்தான். "எத்தனை நாளுக்குத்தான் இப்படி பிரம்மச்சரியாகவே இருப்ப? நீ பெண்களோடு பேசத்தயங்குவதைப் பார்த்தால் உனக்கு கல்யாணமேத் தேவைப்படாத உடம்போ" என்று சிரித்துக் கொண்டே ஒருவன் பனிக்கத்தியை நெஞ்சில் சொருகி விட்டான். சுற்றியிருந்தவர்களின் வெடிச்சிரிப்பில் இவனது இதயம் வெடித்துவிடவில்லை என்பதே ஆச்சரியம்.

உள்ளே நுழைந்தவன் உடைகளை களைந்து குளியலறையில் தனக்குத்தானே சோதித்துவிட்டு வந்தான். எல்லோரையும் போலத்தானே நானும் இருக்கிறேன். மற்றவர்களைப் போல பெண்களைப் பற்றி கண்டது கடியதைப் பேசிக்கதைகளைக் கட்டி அந்த போதையில் இன்பம் காண விரும்பவில்லை. பெண் என்றால் பெண்தான். பள்ளியில் படிக்கும் காலத்திலிருந்து அளவாகப் பேசுவான். விடலைப் பருவத்தில் கூட பெண்களிடம் இவனுக்கு அதீத ஈர்ப்போ, விருப்போ, வெறுப்போ இருந்ததில்லை. உடன் படிப்பவர்கள் பெண்கள் என்ற வகையில் இருந்தான்.

அவன் சிறுவயதில் அம்புலிமாமா படிக்கிற காலத்திலிருந்தே அனுமன் மீது ஒரு ஈர்ப்பு. வாசிப்பு உயர உயர அனுமனின் பலவகையான சாகச ஆற்றல், தொண்டுள்ளம் தற்பெருமையின்மை ஏற்றுக் கொண்ட தலைவனிடம் தன்நலம் மறந்த விசுவாசம். கொடுத்த பணியினை செம்மையாகச் செய்தல். அழகுற கனிவாகப் பேசுதல் - இதெல்லாம் அனுமனிடம் கற்றது. பக்தியாய் மாறியது. இந்த குணங்களே சாதாரணக் குடும்பத்தில் பிறந்தவனை வங்கிஅலுவலர் நிலைக்கு உயர்த்தியது. இன்னும் இவன் எட்டவேண்டிய உயரம் பிறர்க்கு செய்ய வேண்டிய சேவை அதில் கிடைக்கும் ஆன்ம திருப்தி என்ற தொடுவானம் உயர்ந்து கொண்டே போகிறது.

குளித்து விட்டு வந்து படுத்துவிட்டான். இரவுணவு சாப்பிடத் தோன்றவில்லை. குளியலறைக் கண்ணாடியில் நீர் படிவு படிந்து மங்கலாகத் தோன்றுவது போல இவனது மனதிலும் சினமும், சிந்தனையும் கப்பியிருந்தது.

பிரம்மச்சாரியாக இருப்பது ஆண்மை இன்மையா, பெண்களுக்கும், பெண்ணுறவுக்கும் எதிரானதா? அனுமன் ஆணில்லையா? பெண் விரோதியா? அனுமனை வணங்குவதால் இவன் ஆண்மை இல்லாதவனா? ஏன் சமூகம் இப்படி எல்லாம் மனத்தைக் கொத்தி ரணமாக்கி மகிழ்கிறது - என்றக் கேள்விகளில் புரண்டு புரண்டு கண்ணயர்ந்தான்.

ஜீன்ஸ்பேண்ட்டும் செந்தூரநிறச்சட்டையும் நவீன முடியலங்காரமும், அனுமன் முகமும் கூடிய உருவம் இவனைப் பரிவுடன் தொட்டது. ஆறுதலாய்ச் சிரித்தது.

இவன் துள்ளி எழுந்தான். அனுமன் காலில் விழப் போனான். அவன் இவனைத் தடுத்து நெஞ்சிலணைத்துக் கொண்டான். மென்மையும் வலிமையும் இணைந்த இதம் உணர்ந்தான், இவன்! "என் அன்பன், நீ அழலாமா? உனக்கு என்ன பிரச்சினை சொல்!"

"ராம தூதனே, நீ உன்னை வணங்க வருகிறவர்களை வணங்குவதை உணர்ந்திருக்கிறேன். வீடு தேடி வந்திருப்பதை இப்போதுதான் பார்க்கிறேன்.

ஒன்றுமில்லை ரட்சகா, உன்னை வணங்கும் என்னைப் போன்ற பிரம்மச்சாரி ஆண்மை இல்லாதவன் என்ற வகையில் ஒருத்தன் பேசி என் மனசை புண்ணாக்கிட்டான்.

நீ எவ்வளவு ஆளுமையுள்ள ஆண் மகன்! உனதன்பன் ஆண்மை இல்லாதவனா நீ பெண்களுக்கு எதிரானவனா? பெண்களை வெறுக்கிறவனா?"

"அன்பனே, யார் சொன்னார்? பிரம்மச்சரியம் பெண்ணுக்கு எதிரானது என்று ஒருவருக்குள் பொங்கும் ஆசை அபிலாஷைகள் அலைந்து அலைந்து மனதிடத்தை உடைத்துவிடக்கூடாது அவற்றை மடைமாற்றி பொதுநலச்செயல்பாடுகளில் திருப்பிவிட வேண்டும் இதுவே பிரம்மச்சரியத்தின் நோக்கம் பிரம்மச்சரியத்தைப் பூணும் பெண்களும் உண்டு. நான் பெண்களுக்கு எதிரானவனில்லை. எனது வரலாற்றை மீண்டும் படித்துப் பார். வாலியின் மனைவி தாரை, சுக்கிரீவனின் மனைவி உருமை ஆகியோரிடம் நான்கண்ட தாயன்பு, பாதாள நகரத்தில் அடைபட்ட சுய பிரபையை மீட்ட எனது பரிவு தாய் சீதையைத் தேடி நான் தென்கடலில் பறந்த போது என்னைத் தடுத்த நாகமாதா சுரசை, அங்கார தாரை ஆகியோரை நான் பணிந்து கேட்டபின்னும் வழிதறாதபோது அவர்களை வென்று கடந்த சீலம்! என்னால் தோற்கடிக்கப்பட்ட இலங்காதேவி மீது நான் காட்டிய அனுதாபம். மண்டோதரி மீதான எனது பரிவுப் பார்வை, வீடணின் மகள் திரிசடை மீதுள்ள என் மரியாதை இப்படி பெண்கள் மீதான எனது மனநிலையை உணரலாம். பெண்களுக்கு எதிரானவன் அல்லன் நான்"

"நன்றாக சொன்னீர், கருணை ரட்சகனே, இங்கு நீ வராவிட்டால் நான் தற்கொலை கூட செய்து கொண்டிருப்பேன்".

"எனதருமை அன்பனே, தற்கொலைக்கான தேவை என்ன? நான் உனதருகே இருக்கும் போது உன்னை எப்படி தற்கொலைக்குத் தள்ளுவேன்?"

"ஆமாம், வாயுபுத்திரனே நீ சொன்னதும் ஒரு கேள்வி எழுகிறது. சீதையைத் தேடும் முயற்சி வெற்றி பெறாது தாமதமாவது கண்டு மலையிலேறி கீழே விழுந்து சாவேன் என்ற சுக்கிரீவனை ஆறுதல் படுத்தினாய். இலங்கைப்பயணம் தொடங்கினாய்! இலங்கையிலும் சீதாப்பிராட்டியை மீட்க ராமன் வரவில்லையே என்ற ஆதங்கத்தில் உணாக்கொடியை மரத்திலிட்டு தன்னை மாய்க்கவிருந்த சீதை முன் தோன்றி, ராமனின் கணையாழியைக் காட்டி சீதையின் மனத்தைத் தேற்றினாய்! அப்புறம், இறுதிக்காலத்தில் இராமன் மனம் நொந்து சரயு நதியில் குதித்து

முக்தியடைந்த போதும், அதன் பின் இராமனின் உடன்பிறப்புகளும் அவ்வழியே முக்தியைத் தேடிக் கொண்ட போதும். ஏன் சென்று தடுக்கவில்லை. அது முக்தியடையும் வழியென்றால் இராமனது சிறியதிருவடியாகிய நீ ஏன் ராமன் வழியை பின்பற்றவில்லை?"

"பக்தநேசனே நல்ல கேள்விதான்! ராமன் இம்முடிவை மேற்கொள்ளும் போது நான் அயோத்தியில் இல்லை. அதுவுமில்லாமல் எனது தெய்வம் தனக்கு சரியென்று ஒரு முடிவை எடுக்கும் போது என்னிடம் தடுக்கும் சக்தி ஏது? ஆனால் நான் ராமன் புகழ்பாடி அன்பருக்கு தொண்டு செய்தே வாழ முடிவெடுத்ததால் நான் சரயுவில் இறங்கவில்லை".

"ஆமாம் ஆபத்துபாந்தவனே, பெண்கள் மீது அன்புண்டு வெறுப்பு இல்லை என்கிறீர். நீங்கள் கற்பினுக்கு அணி என்று குறிப்பிட்ட சீதாப்பிராட்டியை, உங்களது அன்பு தெய்வம் இராமன் தீக்குளிக்கச் சொன்னபோதும், நிறைமாதக் கற்பிணியான அவளைக் காட்டில் கொண்டு போய்விடச் சொன்ன போதும் நீ வாய் திறக்கலையே?"

"அன்புநேசரே, சிக்கலான கேள்வியையே கேட்கிறீர். எனது அன்புத்தெய்வம் ராமன் என்னிடம் கலந்து கருத்துக்கேட்டபோதெல்லாம் பிறர் கருத்துக்கு எதிராக இருந்தாலும் எனது கருத்தை அழுத்தமாகச் சொல்லியிருக்கிறோன். வீபிஷ்ணனுக்கு அடைக்கலம் கொடுக்க என்னைச்சுற்றியிருந்தவர்கள் எல்லாம் எதிர்த்த போதும் அவனுக்கு அடைக்கலம் கொடுப்பது நல்லது என்ற எனது கருத்தை ராமச்சந்திரமூர்த்தி ஏற்றுக்கொண்டார். ஆனால் எனது தாய் சீதை விஷயத்தில் ராமன் மேற்கண்ட முடிவுகளுக்கு நான் தொண்டனுக்கு தொண்டன் என்ற முறையில் என்ன கருத்தைச் சொல்ல முடியும்? அவர் ஊர், உலகத்தார் வாயை அடைக்க அம்மாதிரியான முடிவுகளை கற்பினுக்கு அணி சீதைக்கு எதிராக எடுத்தார். ராமனோடு, தோளுக்கு தோளாக நிழலுக்கு நிழலாக இருந்தவனும் சமமாக விவாதிக்கவும் கருத்து சொல்ல தகுதி பெற்றவனுமான இலட்சுமணனே சீதை பற்றி இராமனிடம் கருத்து சொல்ல இயலவில்லை. இராமனுக்கான நியாயத்தில் சிறியதிருவடி நான் உடன்பட்டுத்தானேப் போகமுடியும்?"

"சரி, லட்சுமணனைப் பற்றி என்ன நினைக்கிறீர்?" "என்னை ரட்சித்த ராமபெருமானின் இளவல், எனக்கு இளைய பெருமாள்

அல்லவா? அவர் ராமன் பால்கொண்ட அன்புக்கும், அர்ப்பணிப்புக்கும் ஈடு ஏது. தனது அண்ணனுக்கு தொண்டாற்றவே தனது மனைவி ஊர்மிளையை விட்டுப் பிரிந்து, தன் காமத்தை செரித்த தவவீரனல்லவா? தன்னை விட்டுச் சென்ற கணவன் லட்சுமணன் திரும்பி வரும்வரை தியாகத் தீயில் வெந்த ஊர்மிளையும் தெய்வக்கற்பினள் அல்லவா? இப்படியான தியாக சீலனைக் காத்து எம்பெருமாளின் துணைக்கு உயிர் கொடுக்கவும் அல்லவா சஞ்சீவி மலையைத் தூக்கிவந்தேன் இலட்சுமணனுக்கான எனது அன்பைக் காட்டும் வாய்ப்பாகப் பாவித்தேன்".

"அஞ்சனை மைந்தனே, உன்னைக் கண்ட ஆர்வத்தில் பல விவரங்களைக் கேட்டுத் தெளிந்தேன். முக்கியமான கேள்வியைக் கேட்க மறந்தேன். பெண்களின் மீது அன்பும் மரியாதையையும் வெளிப்படுத்தும் நீ, ஏன் திருமணம் செய்து கொள்ளவில்லை? உங்கள் இனத்தில் பெண்ணோடு இணைந்த வாழ்வு தடை செய்யப்பட்டதில்லையே?"

"அருமை அன்பரே, என்னைப் பற்றி எழுதிய கவிகள் என்னை தொண்டால் உலகளந்தவனாகவே காட்டிவிட்டனர்!. எனது உளப்பாங்கும் அதுவே. எனது காலத்தில் பெண்கள் படும் பாட்டைக் கண்டு ஒருவருக்கு ஒருத்தி என்ற தத்துவத்தை நிலைநாட்ட சீதையைத் தவிர வேறொரு பெண்ணை மனதிலும் நினையா பேராண்மை கொண்ட எம்பெருமான் ராமன்பட்டபாடு சீதையின்துன்பம், லட்சுமணனால் ஊர்மிளை பட்டதுயரம் சுக்கீரீவன் மனைவி உருமையும் வாலி மனைவி தாரையும், ஏன் கௌதம முனிவரின் தர்மபத்தினி அகல்யைக்கும் ஏற்பட்ட இன்னல் எல்லாம் என்னை வருத்தியது. என் பிறவியை மேம்படுத்திட பொழுதெல்லாம் தொண்டுசெய்ய திருமணம் தடையாக இருக்கும் என்று நான் மணம் கொள்ளவில்லை.

இன்று உலகெங்கும் கல்வி ஞானம்... பெருகியும் பெண்கள் படும் பெருந்துயரம் நீங்கவில்லை. சீதை பட்ட சிரமங்களினும் பலமடங்கு அல்லல்படுகின்றனர். இவ்வாறு பெண்கள்படும் துயர் களையவே விரும்புகிறேன். அவர்களுக்கு துணை நிற்க, ஆணுக்கு சமமாகப் பேண திருமணம் அவசியம். இன்று மறுபிறவி எடுக்கும் வாய்ப்பினை எம்பெருமான் வழங்கினால் சீதையை சிறைமீட்கப் போரிட்டதுபோல் பெண்கள் படும் துன்பம் நீங்க ஒரு சம்சாரத்துணை

கொண்டு அவ்விடங்களுக்கே சென்று மீட்கப் பொராடுவேன். ஆகவே எனது அன்புக்குரிய தொண்டர்களுக்கு தொண்டராக இருந்து சொல்கிறேன். திருமணத்துக்கு எதிரானவன் அல்லன். இந்த அஞ்சனை செல்வன். இல்வாழ்ந்து இன்னலைக் களையவே விரும்புவன். மனிதர் மட்டுமன்றி சக உயிர்களின் சங்கடம் தீர்ப்பதே ஆன்ம நேயம். இதுவே "என் வாழ்வின் செய்தி!"

22.07.2018 வண்ணக்கதிர்

கரையேறுதல்

விடிந்தால் ஒரு வருஷம் ஆகிறது. காதலில் தோற்றவர்கள் இருவர் கல்யாணம் பண்ணிக்கொண்டால் என்ன! என்ற சுகமான கற்பனையை நிகழ்த்திக் காட்டாலாமே! சிந்தனை செயலானது! ஒரு வகையில் இருவருக்கும் கத்திவிளிம்பில் நடப்பதுபோல்தான் வாழ்க்கை தொடங்கியது.

இவள் அலைப்பேசியின் நாவை மௌனமாக்கி வைத்திருந்தாள். எனினும் அழைப்புகளின் அதிர்வு முணு முணுத்துக்கொண்டிருந்தது. இன்று சனிக்கிழமை இரவு பல மென்பொறிஞர்களுக்கு இரவெல்லாம் திரிசங்கு சொர்ககம்! அந்த சொர்க்கத்தில்; மிதந்து கொண்டிருக்கும் இவளது சிநேகிதிகள், சினேகர்கள்தாம் அழைப்பார்கள். இந்த ஓராண்டு நிறைவைக் கொண்டாட, வாழ்த்த அழைக்கிறார்களா? பழையதைக் கிளறி புதியவாழ்வில் குழப்பத்தினை உருவாக்க அழைக்கிறார்களா எதுவாயிருந்தாலும் என்ன..? அவர்களது வாழ்க்கை ஓட்டத்திலிருந்து விலகிய இவர்களது நீரோட்டத்தில் கல்லெறிய அனுமதிக்கக்கூடாது. அவர்களது சிநேகம் உதட்டளவு தொடங்கி உடலளவில் கொண்டாடுவது. இவளுக்கு ஒவ்வாமையை ஏற்படுத்துவது. இவள் அலைப்பேசியை மினுக்கி அழைப்புகளை நோட்டமிட்டாள். முகம்சுளித்து அணைத்தாள். கண்களை மூடினாள். மனத்திரையை மூட முடியவில்லை.

இவளும் அவனும் ஒரே நிறுவனத்தில் பணியாற்றினர். இவளது அடக்கமான சுபாவம் சுறுசுறுப்பான உழைப்பும் நுணுக்கமான சிக்கல்களுக்கும் எளிதாகத் தீர்வு காணும் விவேகமும்இ தற்பெருமை இல்லாமையும் எழிலான உடலமைப்பும் அவனை ஈர்த்தவை. துறுதுறுப்பான இயல்பு; யாரிடமும் நகைச்சுவை மிளிரப்பேசும் பாங்கு: எளிதாக சினத்தை வெளிப்படுத்தா பண்பு அர்ப்பணிப்பு மிக்கவன் போலக் காட்டும் வெளிப்பாடு இவை எல்லாம் இவளை அவனுடன் பழகத்தூண்டியவை. முதல் சந்திப்பிலியே பலகாலம் பழகியதுபோலப் பேசினான். இது இவளது தனிமைச் சுவரைத் தகர்த்தது! பழக்கம் நெருக்கமானது.

சக பொறியாளர்கள் வேலை இறுக்கத்தினை சனிக்கிழமை இரவில் தளர்த்திக் கொள்ளக்கூடுவர். மன இறுக்கம் பணி நெருக்கடிகளை உதறி தளர்த்திக் கொள்ளும் கொண்டாட்டம்தான்! மனதை இலேசாக்க பீர்விருந்து. விதவிதமான துரித உணவுகள். கொண்டாட்ட உணர்வில் பணமோ பண்பாடோ பொருட்டல்ல! தன்னை மறக்கனும்! மனம் மிதக்கணும்! கடந்த ஐந்துநாட்கள் கசக்கிய மூளையின் சுருக்கத்தை, முடிச்சுகளை தளர்த்துவதாக எண்ணி குதித்தார்கள்; ஆடினார்கள்; பாடினார்கள்; குதூகலித்தார்கள்; இணைகளாய் சேர்ந்தார்கள்! மனதளவில் இணையாவிட்டாலும் தாங்களாக நிறுவிய சொர்க்கத்தில் திளைத்தார்கள். குதூகலத்தை உணர்ந்தார்கள். பொங்கும் நுரைக்குமிழ்களில் தெறிக்கும் வண்ணங்களில் கிளர்ச்சி கண்டார்கள். இந்த வண்ணக்குமிழ்கள் ஒரு நாள் கொண்டாட்டம் தான். அது தரும் கிளர்ச்சி, எல்லாவற்றையும் மீறும் உணர்ச்சிதரும் ஈர்ப்பு அவர்களை சனிக்கிழமைகளுக்காக ஏங்கச் செய்தது. ஐந்து நாட்கள் உடலாலும் உள்ளத்தாலும் நசுக்கி நைந்த சக்கையாக பிழியும் நிர்வாகம்தரும் பணி நெருக்கடிகள் பெரிதாகத் தோன்றவில்லை. வானவில் வண்ணக்குமிழ்களின் மறக்கடிப்பில் மிதந்தார்கள்.

இப்படியான சூழலில் தான் இவளும் அவனும் மிக நெருக்கமானார்கள்! சகாக்களைப் போல சகலமும் மறந்து எல்லையில்லா இன்பம் காணும் மோகமும் வேகமும் பற்றி படர்ந்தது. அவன் எல்லைதாண்ட முயலுகையில் இவள் சுயவுணர்வோடு தடைபோட்டாள். ஒவ்வொரு வாரமும் இந்தக் கண்ணாமூச்சும் கபடி விளையாட்டும் தொடர்ந்தது. இவள் பிடிபடவில்லை. அவன் கொஞ்சினான்; குலவினான் குழைந்தான், வளைந்தான்; கெஞ்சினான். இவளது உறவில்லை எனில் இந்த உலகமே நரகம்! வாழ்வே வெற்று பதர்; என்று பாவனையில் அழுதான். மது போதையில் இருவரும் இருந்தனர். என்றாலும் இவள் நிதானமாக இவ்விஷயத்தில் இருந்தாள். கல்யாணம் ஆன அடுத்தநொடியே இந்த எல்லையைத்தாண்டலாம் என்றாள் இவள்.

அவன் நம்பச் சொல்லி ஆயிரம் சத்தியம் செய்தான். எல்லாசாமிகள் மீதும் சத்தியம் செய்தான். இவள் முடிவிலிருந்து மாறாவில்லை. குடும்பத்தினரின் சம்மதத்தோடு கல்யாணம் செய்து கொள்வோம். மற்றதெல்லாம் அப்புறம்! தழுவுகிறாள் ஆனால் நழுவுகிறாள். அணைத்துக் கொள்ளுகிறாள். அவிழ்க்க நெருங்கினால்

எரிக்கிறாளே? வீட்டாரை சமாதானம் செய்து கல்யாணம் செய்து கொள்வேன். சம்மதி, சம்மதி! எனது, ஆண்மையின் புலம்பலுக்கு நிம்மதி கொடு. கைவிட மாட்டேன் என்றெல்லாம் அரற்றினான். உன்னைத் தரவில்லை என்றால் என்னை மாய்த்துக்கொள்வேன். மிரட்டினான் வாழ்வது ஒருமுறை என்றாலும் சரியாக வாழ்வோம் பெற்றோர் மகிழ வாழ்வோம் என்றாள் இவள்.

அவனது தழுவலுக்கு சிக்கி நழுவும் இவளின் நிதானம் அவனை சூடேற்றி காய்ச்சிய இரும்பு குழம்பாகி தக தகக்கையில் திடீரென்று தண்ணீரில் மூழ்கச்செய்தது போல் சுர்ரென்று ஒலி எழுப்பி வீழச்செய்தது போல உணர்ந்தான். நல்ல வேகத்தோடு விரைந்து கொண்டிருக்கும் காரின் ஒரு சக்கரம் மட்டும் காற்றை இழந்து நிலைதடுமாறி தலைகுப்புற கவிழ்வது போல உணர்ந்தான்.

இதற்கிடையில் சகபணியாளர்கள் மூலம் பேசி இவளை வழிக்கு கொண்டுவர முயன்றான். இவள் அவர்களுக்கும் புத்தி சொல்லி அனுப்பினாள். அழுத்தக்காரி, உலகம் புரியாதவள், வாழ்க்கையை அனுபவிக்கத் தெரியாதவள் என்ற அவர்கள் இவளுக்கு பட்டம் சூட்டினர். அருகே நெருங்க விட்டவள். பருக அனுமதிக்கவில்லை இனி ஒத்துவரமாட்டாள் என்ற அவனும், தன்னை உறிஞ்சி சக்கையாகத் தூர எறிந்துவிட்டுப்போக நினைக்கிறான் என்று இவளும் தெளிந்தார்கள். இவள் தனியானாள். அவன் வேறுவேறு துணை தேடினான் இவளை இந்த நிறுவனத்திலிருந்து வெளியேற்ற நிர்வாகத்தை தூண்டினான். இவளது பணித்திறன் மூன்றாள் பணித்திறன் என்று தெளிந்த நிர்வாகம் சட்டைசெய்யவில்லை. அவனைக் கழற்றிவிட்டது.

இவள் சூடுபட்ட பூனையானாள்; இந்தசனிக்கிழமைக் கொண்டாட்டாங்களிலிருந்து விலகி அறையிலேயே தஞ்சமானாள். வேலைவிட்டால் வீடு, வீட்டிலிலும் தனிமை விரட்டாதிருக்க மடிக்கணினியை கொண்டுவந்து கண்ணும் மனதும் ஒத்துழைக்க மறுக்கும் வரை வேலையில் மூழ்கினாள். நிர்வாகம் இவளைக் குழுத் தலைவரிலிருந்து துணைமேலாளர் வரை உயர்த்தி இரட்டைவேலை வாங்கியது. ஞாயிற்றுக்கிழமையில் ஓய்வு ஒழிவுக்குப்பின் கோவில் செல்லத் தொடங்கினாள். இன்னொரு வீழ்ந்தமலர் வாடிவிடாமலிருக்கு இவளுடன் துணை சேர்ந்தாள். இவர்கள் இருவரும் ஒவ்வொரு ஞாயிறும் ஒவ்வொரு கோயிலுக்கு மத

மாச்சரியம் பாராமல் சென்று வந்தனர். மனம் ஒருமைபட்டது போலிருந்தது! வீட்டாரோடு பேச நேரம் கிடைத்தது. இரண்டுநாள் விடுப்பு கிடைத்ததால் சொந்த கிராமம் மடிக்கணினியோடு

போய் வந்தாள். கிராமத்து அம்மா அப்பாவுக்கு கைநிறைய பணம் கொடுத்து வீட்டை புதுப்பிக்க செய்தாள். அம்மா அப்பாவின் மகிழ்ச்சியும் பெருமிதமும் இவளுக்கு மன நிறைவையும் ஊக்கத்தையும் தந்தது. ஊருக்குப்போய்த் திரும்பினால் புதுஉற்சாகத்தோடு வேலையில் மூழ்குவாள். இவளுக்கு விடுப்பு கொடுப்பது பற்றி நிர்வாகம் தயங்குவதில்லை.

இவளுக்கு ஞாயிறுகளில் கோவில்களுக்கு செல்லாமல் இருக்க முடியவில்லை. இதுவும் ஒருபுதுவித போதையாக உணர்ந்தாள். ஒரு முனையிலிருந்து விடுபட வேண்டுமானால் மற்றொரு முனைக்கு சென்றுதான் தீரவேண்டியிருக்கிறது. நடுவாந்திரம் மனதுக்கு பிடித்த இடத்தில் தன்னை இருத்திக் கொள்ளும் இடம் தேர்வாகும்வரை இந்த எதிர்முனைப் பயணம் பாதகமில்லை என்று எண்ணினாள். இவளோடு சேர்ந்த இன்னொருத்திக்கும் கோவில்பயணம் உகந்த ஆறுதலாகவே இருந்தது. இவர்கள் இருவரது பேச்சுகளில் சுற்றி உள்ள எதார்த்தமும் போலித்தனங்களும், இவற்றிக்கு இடையே ஊடாடும் மனிதர்களும் பேசுபொருளானர்கள். மென்பொருள் பணியில் காலூன்றி விட்டோம் என்று நினைத்து கல்யாணம் பண்ணிக் கொண்டவர்கள் வாழ்க்கை மற்றொரு உலகமாக இருக்கிறது. அவர்கள எதிர்கொள்ளும் சூழல் சுக துக்கங்கள் வேறுவிதமானவை கால்கட்டில் சிக்காத இவர்களது வாழ்க்கைதான் திசை இழந்து சூறாவளியில் சிக்கியவர்களாக காற்று வீசும் போக்கில் அலைக்கழிக்கப்படுகிறார்கள் இவர்கள் எப்படியோ, ஒரு விஷ சுழற்சியிலிருந்து தப்பி கரையேறியவர்கள் போல ஆறுதல் கொண்டார்கள். எதிர்கால வாழ்வுபற்றி பேசினார்கள்.

ஊர்த் திருவிழாவுக்கு வருமாறு அம்மாவும் அப்பாவும் அழைத்தார்கள். இரண்டு நாள் விடுப்பில் கிராமம் போனாள். அம்மா அவளைப் பார்த்து கட்டி அணைத்துக் கண்ணீர் பெருக்கினாள். "என்னஞ்சே வயசாகிட்டேபோகுது. கண்ணெல்லாம் குழிவிழுந்து கிடக்கு. கைப்பிடி அரிசிபோடலாம் போலிருக்கு. நேரம்தவறாம சாப்பிடிறியா, நல்ல தூங்கிறியா ஒழுங்கா தலைகுளிக்கிறியா, நான் பெத்தமக எந்தத்தப்பு தண்டாவுக்கும் போகமாட்டே, நம்பிக்கை

இருக்கு. இருந்தாலும் உலகம் கெட்டுக்கிடக்குது. சூதானமா நடந்துக்ஞ்சே! நாலு பேரு நாலுவிதமா பேச இடங்குடுத்திறக்கூடாது" என்று அம்மா பாசமழை பொழிந்தாள் அம்மாவின் ஒவ்வொரு சொல்லிலும் பாசம் மட்டுமல்ல எச்சரிக்கையும், சமூக அச்சமும் அடுக்கடுக்காய் சாண்ட் விச்சாகப் படிந்திருந்தன.

"யம்மா நா, நீ பெத்த பிள்ளை கவனமா இருப்பேன். கவலைப்படாதே" என்று அம்மாவுக்கு இவள்பதில் சொன்னாள். உள்ளூரில், சுற்றுப்பட்டில் இருக்கும் மாப்பிள்ளைகள் பற்றி அம்மா சொன்னாள். அந்த மாப்பிள்ளைகள் ஒற்றை பட்டம் வாங்கியவர்கள்; பக்கத்து நகரில் ஒருத்தர் கொரியர் அலுவலகத்தில், இன்னொருத்தர் அரசு அலுவலகத்தில் ஏழுத்தராக, இன்னொருத்தர் ரியல் எஸ்டேட் புரோக்கராக, பைனான்சியராக இருப்பதாக தெரியவந்தது. ஆனால் அவர்களிடையே ஒற்றுமை அந்திமங்கினால் அவர்களும் மயங்கித்திரிவர் என்றும் அறியவந்தது.

"இன்னும் ஒரு வருஷத்துக்கு பிராஜெக்ட் ஒப்பந்தம் இருக்கும்மா அதைக் முடிக்கணும் அப்புறம் உங்களுக்குப் பிடிச்ச மாப்பிள்ளையா பார்த்து கல்யாணம் பண்ணிக்கிறேன்" என்று அம்மா அப்பாவாயை அடைத்தாள். எதிர்கால எண்ணங்களோடு வேலைக்குத் திரும்பினாள். போலித்தனமில்லா அன்பு பெற்றோரிடம் நெருக்கத்தையும், வாஞ்சையையும் கூட்டவே செய்தது.

இந்த மென்பொருள் தொழில் நிலையாமையை நிலையாக நங்கூர மிட்டுக் கொணடே இருந்தது. புதிது புதிதாக பலர் தளிர்க்கிறார்கள் பழையவர்கள் உதிர்க்கப்படுகிறார்கள். தனித்தனி அடைப்புகளில் உட்கார வைக்கப்பட்டவர்கள். வேலைக்கு இடையே பேச்சுக்கே இடமில்லை. எல்லாம் மௌனமும் இறுக்கமும் நிறைந்த மின்னஞ்சல் கட்டளைகள் இயக்கிக் கொண்டே இருக்கின்றன. உரையாடலும், உறவாடலும் இல்லாத மௌன அடிமைகளாக டாலர்கள் ஆட்டுவிக்கின்றன. ஒரு நாள் விடுப்புக் கிடைத்தாலும் இறுக்கத்தை தளர்த்த நிலைமறக்க அலைகிறார்கள். பண்பாடு, சமூகவரையறைகள் மீறல் தற்காலிக உற்சாகத்தை கிளர்த்துகின்றன. ஆண்களைவிட பெண்களே நிறைய பாதிக்கப்படுகிறார்கள். பெண்களுக்கே நிறைய பணிச்சுமைகள். பணிச்சுமைக்கேற்ப ஊதியமில்லை. இங்கு எதிலாவதொரு வகையில் தனித்தன்மையைக் காட்டித்தான் ஊதிய உயர்வையோ,

விடுப்புகளையோ, பணி நீடித்தலையோ பெற முடியும். பணிமூப்புக்கு, பணித்திறனுக்கு ஏற்ப ஊதிய முறைமையோ பொதுவிதிகளோ இல்லை! நியமி, நீக்கு! ஹையர் அண்ட் பயர்ன்னு விதிகள் நிலைத்து காலூன்றி நிலையாமையை உருவாக்கிக் கொண்டே இருக்கிறது. இந்த பிராஜக்டில் வேலை பார்ப்பவர் அடுத்த பிராஜெக்டில் இருப்பபாரா என்று உறுதியில்லதா பணியமைப்பு! முறைமை அற்ற முறைமை! இந்த சுழற்சிக்கோளத்திற்குள் அதன் வேகத்திற்கேற்ப ஓடிக்கொண்டிருப்பவரே நீடிப்பார். தயக்கமோ, தாமதிப்போ சுழற்சிக்கு வெளியே அதல பாதாளத்தில் தள்ளிவிடும்! பெருஞ்சக்கர சுழற்சியில் தம்மை பொருத்திக் கொள்பவரே கொஞ்சகாலம் நீடிப்பர்.

இந்த சுழற்சி வட்டத்தில் அவன் வெளியேற்றப்பட்டபின் இவன் வந்தான். இவன் பார்க்க சுறுசுறுப்பானவனாகத் தோன்றினான். ஆனால் யாருடனும் அதிகமாகப் பேசிக் கொள்வதில்லை. புன்னகை மட்டும்தான் வெளிப்படுத்துவான். வேலையிலே மூழ்கிக் கிடப்பான் யாரும் தனது சிக்கலான பணியை மறைத்து வேலை முடிச்சுகளை அவிழ்க்க முடியாமல் திணறிக் கொண்டிருப்பதைக் கண்டால் தானாகச் சென்று உதவுவான். சூட்சுமத்தைச் சொல்லி அவர்களை மிளிரச் செய்வான். எந்த திடீர் விருந்திலோ, கடப்பாடிலோ, மாட்டிக் கொள்ளமாட்டான். சனிக்கிழமைக் கொண்டாட்டங்களிலோ, குழு விருந்திலோ, சிக்கமாட்டான். இப்படியான தனித்துவமான சூழலில் இயங்கும் இவனும் இவளும் தூர தூர இருந்து ஒருவரை ஒருவர் கவனித்தனர். நெருங்கி பேசவும் வாய்ப்புக் கிடைத்தது. இவளும் இவனும் பார்த்துக் கொண்டதில் மனதை பகிர்ந்து கொள்ளத் தோன்றியது.

இவன் இப்படி தனித்து இருப்பதன் காரணம் என்னவென்று இவள் கேட்டாள். இவன் இவளது முகத்தை ஊடுறுவி எதையோ வாசித்தறிந்தவன் போல உணர்ந்தான்; சொல்லத் தொடங்கினான்.

இவனும் அவளும் ஒரே மென்பொருள் சேவை நிறுவனத்தில் பணியாற்றினர். இவன் குழுத்தலைவராக இருந்தான். இவனது குழுவில் அவளும் இன்னும் மூவரும் பணியாற்றினர். குழுத்தலைவன் என்ற முறையில் அவளது பணியிலுள்ள சிரமங்களைக் களைய உதவினான். புதிதாக வந்தவள் படும்

பணிப்பளுவை குறைத்து உதவினான். இவனது அறிவின் நுட்பமும், எதையும் எளிதாகத் தீர்க்கும் லாவகமும், பழகும் பண்பும், பேச்சின் இனிமையும் அவளை ஈர்த்தது இருவரும் மனதால் நெருங்கினார்கள். சனிக்கிழமை இரவு குதூகலக் கொண்டாட்டங்கள் இருவருக்கும் இடையே உள்ள திரைகளை விலக்கின. அந்த விடுதியின் குறைந்த வெளிச்சம் கூச்சத்தையும் விரட்டியது. ஒவ்வொரு வாரமும் கழியக் கழிய இவர்களது நெருக்கம் கூடியது. எல்லைகள் தகர்ந்தன நான்கு ஐந்து வாரங்களில் பெண் மருத்துவர் ஆலோசனை தேவை ஏற்பட்டது. அடி ஆழம் வரை மூழ்கிநீந்தும் இன்பத்தை அனுபவித்தனர். இப்படி நாட்கள் விரைகையில் அவளும் ஒரு குழுத்தலைவியாக பணியில் உயர்ந்தாள். பணி நிமித்தம் அடிக்கடி மனிதவள அலுவலருடன் விவாதமும், நெருக்கமும் கூடியது. மனிதவள அலுவலர் மூலம் அமெரிக்கா செல்லும் வாய்ப்பு நெருங்கியது. இவனிடமிருந்து அவள் விலகிதூரம் போவதாகப்பட்டது. மனக்கீறல் விரிசலாக விரிந்தது. அவளுக்கு மனிதவள அலுவலர் கடவுச் சீட்டாக இருந்தார்; விசா கிடைத்தது. அவள் பறந்து விட்டாள். இவனை அங்கே அவள் அழைத்துக் கொள்வதாகச் சொன்னது வெற்று மொழி, விடுபடும் வழி என்று உணர்ந்தான்.

இவன் மனம் உடைந்து போனான். அந்நிறுவனத்தில் வேலைபார்க்க மனம் ஒப்பவில்லை அந்நிறுவனத்தில் ஜன்னல் திரைச்சிலைகளும், கழிவறைக் கண்ணாடிகளும் இவனை வதைத்தன அந்நிறுவனத்திலிருந்து வெளியேறி இந்நிறுவனத்தில் இணைந்தான். குடும்ப வறுமையை தீர்க்க கொஞ்சம் காலம் மென்பொருள் துறையில் பணியாற்றுவதே உசிதம்! தங்கையையும் தம்பியையும், படிக்க வைத்து அவர்களுக்கு வேலை வாய்ப்புக்கு வழி செய்து விட்டு தன்னை பற்றி என்ன முடிவும் எடுக்கலாம் என்று உற்சாகத்தை தருவித்துக் கொண்டு இந்நிறுவனத்தில் பணியில் மூழ்கினான். தனித்து உலாவினான். சூடுபட்ட பூனைகள் இரண்டும் சந்திக்கும் வாய்ப்பு கிடைத்தது.

இவனது கதையைக் கேட்டு பெருமூச்சு விட்டாள். இருவரது வாழ்வும் ஒரு வகையிம் ஒத்திருந்தது. நேரம் கிடைக்கும் போது இவர்கள் இருவரும் இந்த மென் பொருள்துறை குறித்தும், அதன் எதிர்கால சாத்தியங்கள் குறித்தும் பேசினர். தம்மை சுற்றி நடக்கும்

நிகழ்வுகளையும் பேசுவர். இவர்கள் இருவரது கருத்துக்கள் ஒத்துப் போயின. ஒத்த அனுபவம் ஒத்த சிந்தனை என நெருங்கினர்.

எனினும் இருவரது முந்தைய அனுபவங்கள் எச்சரிக்கையோடு நகர்த்தியது. இருவேறு கப்பல்கள் மூழ்கியதில் தப்பிய இருபயணிகள் சிக்கிய ஒரு மிதவையைப் பிடித்து தத்தளித்துக் கொண்டிருந்தனர். வீழ்த்திய சூறாவளி இவர்களை அலைகழித்தது. ஒரு மிதவையைப் பற்றி கரை நோக்கி இருநபர்கள் பயணித்து கரையேறிய பின்னும் இணைந்து பயணித்தால் என்ன என்ற சிந்தனை இருவரையும் பிணைத்தது.

இணைந்த பயணம் குறித்து இவளே பேசினாள். இவன் சொன்னான் தனது தங்கையையும், தம்பியையும் படிக்க வைத்து கரைசேர்க்க வேண்டும். அம்மாவையும் அப்பாவையும் காப்பாற்ற வேண்டும். தாழ்த்தப்பட்ட பிரிவிலிருந்து வந்தவன் தனக்கும் தன் குடும்பத்தாருக்கும் பாதுகாப்பான வாழ்க்கை சூழலுக்கு உத்தரவாதம் கிடைத்தால் தனக்கு மறுப்பில்லை.

இவள் சொன்னாள் தான் ஆதிக்கசாதியின் பின்னணியில் வந்தாலும் குடும்ப பொருளாதாரச் சூழலில் இவளும் ஒடுக்கப்பட்டவளே. இவள் படிப்பிற்கோ முயற்சிக்கோ சொந்த சாதிக்காரர்கள் உதவியதில்லை. தற்போதைய இவளது முன்னேறிய நிலைகண்டு பொறாமைப்பட்டு பழிப்பவர்கள் உண்டே தவிர பெருமைப்பட்டு பேசுவோர் இல்லை. ஆனால் எந்தக் சூழலிலும் தனது தாய் தந்தையரை கைவிடாமலிருக்க உத்தரவாதம் தந்தால் இணைந்து பயணிக்க மறுப்பில்லை. சாதிக்கென்று தனி உறுப்புகள் இல்லை. தனித்திறமை இல்லை. இயற்கை எல்லாருக்கும் பொதுவான, சம திறனை வழங்கி இருக்கிறது. வாழ்க்கைச் சூழல் இதனை வடிவமைத்து வளர்த்தெடுக்கிறது. ஆகவே சாதி பெரிதில்லை. இணைந்து வாழ்ந்து காட்டுவதே பெரிது என்ற புள்ளியில் ஒன்று பட்டார்கள்.

காதலில் தோற்றவர்கள் இருவரும் வாழ்க்கையில் வெல்ல நண்பர்கள் கரம் கொடுக்க முன் வந்தார்கள். காலையில் அம்மன் கோவிலில் எளிமையான திருமணம்! முன் பகலில் நண்பர்களை இருதரப்பு சாட்சிகளாகக் கொண்டு திருமணப் பதிவு செய்து கொண்டனர். பெற்றோருக்கு கொஞ்சம் காலம் தாழ்த்தி தகவல் சொல்லி வரவழைப்பது என்று முடிவானது.

தொடக்கத்தில் ஒவ்வொரு நாளையும் உண்ணுவதில், உடுத்துவதில், உறங்குகையில் பழைய நினைவுகளின் சாயல் விழாமல் நகர்த்துவது கத்தி விளிம்பில் நடப்பது போல்தான் இருந்தது. போகியில் பழங்கசடுகளை எரிப்பது போல் பரஸ்பர நம்பிக்கையின் ஒளியில், வாழ்க்கையை புதுப்பித்துக் கொண்டார்கள். ஒருவர் மீது மற்றவர் காட்டும் அக்கறையில் எதிர்கால நலன் கருதி ஒருவரை ஒருவர் மதித்தலில் இன்பம் பொங்குவதை உணர்ந்தார்கள். சந்தேக நிழல்படாத சந்தோசத்தில் கால்பாவினர். இவர்களின் ஒவ்வொரு அசைவிலும், சிந்தனையிலும் கிடைத்த வாழ்வை சிதைத்து விடக் கூடாது என்ற எச்சரிக்கை உணர்வு விரவி இருந்தது.

இவளுக்கு நடுநிசியில் வந்த அலைப்பேசி அழைப்புகள் இவளுடன் முன்பு பணியாற்றி வேறு நிறுவனங்களுக்குப் போனவர்கள். சனிக்கிழமை மிதப்புகளின் ஊடே பொங்கிய குதூகலக் குறும்புகளாக இவளது ஓராண்டுக்கு முந்தைய நிகழ்வுகளை இன்றைய நடப்புகளோடு ஒப்பிட்டும், இறந்தகால நிகழ்வுகளை புதைகுழியிலிருந்து தோண்டி மறு உடல்கூராய்வு செய்வதாகத்தான் இருக்கும். முதலில் அவர்கள் விட்டேற்றியான வார்த்தைகளை எறிந்து மனதை புண்படுத்திவிடுவார்கள். இவர்கள் எதிர்ப்பு தெரிவித்தால் பண்போடு வருத்தம் தெரிவிப்பதாக நாடகமாடுவார்கள். அவர்கள் ‘சாரி’ சொன்னாலும் கிளரப்பட்ட ரணம் ஆறிவிடுமா என்ன? இதை எல்லாம் உணர்ந்தேதான் அந்த அழைப்புகளை நிராகரித்து விட்டாள்.

இவளுக்கு அடிவயிற்றில் ஏதோதுடிப்பது போல இருந்தது. இந்த தொடர்துடிப்பு இவளது இறுக்கி மூடிய கண்களைத் திறக்கச் செய்தது. கண் திறந்தாள். விடிந்திருந்தது. வெளிச்சம் பால்போல் பரவியிருந்தது. இவளுக்கு நினைவு பளிச்சிட்டது. “ஆஹா இன்று பெண் மருத்துவரை சந்திக்க தேதி வாங்கியிருக்கிறோம். சிசுவின் வளர்ச்சிநிலை அறிந்து அதை பராமரிக்க செய்ய வேண்டியவை அறிந்து கொள்ள வேண்டுமே” என்று துள்ளி எழுந்து இவனை எழுப்பினாள்.

ஆகஸ்ட் 2018, உயிர் எழுத்து

செம்புக்குள் முளைவிடும் விருட்சம்

எட்டுமணிக்கே வெயில் சுள்ளென சுட்டது வியர்வைபொங்க மெதுவாக பிரியா தெருவில் நடந்தாள் .வலது தோளில் சாப்பாட்டு பை மெல்ல ஊஞ்சல் ஆடியது..வயிற்றில் எட்டுமாத சிசு உதைத்தது. தொட்டிமீன் போல் அங்குமிங்கும் நகர்ந்தது. இதை உட்கார்ந்து ரசிக்க நேரமில்லை. வேகமாக நடக்க இயலவில்லையே என்ற வருத்தமே அவளது வேகத்துக்கு தடை போட்டது.நத்தை தனது உமிழ்நீரில் வழுக்கி நகர்வது போல் இவள்தனது சிந்தாத கண்ணீரின் வைராக்கிய விசையில் நகர்ந்தாள். வெயிலுக்கு உறுத்தாதவெளிர் நிற பருத்தி ஆடை தான், இருந்தும் வெயிலின் ஊடுருவலைத் தடுக்க முடியவில்லை ..வயிற்று சுமையை வெகு சீக்கிரம் இறக்கி விடுவாள்.வாழ்க்கை சுமையை எப்போது இறக்கி வைக்க, கணவன் திரும்ப வரப்போகிறான்...? வயிற்றுபாரத்தை மறைக்க முடியாது. மனப் பாரத்தை மறைத்து புன்னகை பூசிய முகத்தோடு நடக்கிறாள். முன்பெல்லாம் பத்து நிமிடத்தில் பெருங்களத்தூர் மின்ரயில் நிலையத்துக்கு நடந்திடுவாள். இப்போதெல்லாம் இருபது நிமிடங்கள் ஆகிறது.' பொறுத்துக்கடா செல்லம், அம்மாவுக்கு வலிக்குது. இன்னும் கொஞ்ச நேரத்தில் அம்மா ரயில் ஏறிருவேன். அப்ப நீ விளையாடு. நீ இருக்கிற உலகம் உருண்டைன்னு சுத்தி சுத்தி வா, சூரியக் குஞ்சு. கொதிக்காத சூரியக் குஞ்சு! கொஞ்சி விளையாடும் தெய்வக் குஞ்சு' என்று சிசுவிடம் பேசிக் கொண்டே தூரத்தையும், வலி துயரத்தையும் கடக்க முயன்றாள் .

நிலைய வாசலுக்கும் நடைபாதைக்கும் இடைவெளியில் ஒரு கழைக்கூத்தாடி மேளம் கொட்ட ஒரு இரண்டு வயது பெண்குழந்தை தளர் நடையோடு கையைக் காலை ஆட்டி ஆடுவது போல் நடந்து சென்றது." "மஹா ஜனங்களே, மான்குட்டி டான்சை பாத்திங்கோ... இப்போ அழகு தேவதை ஒன்னு நெருப்பு வளையத்தில் நுழைந்தாடுவதைப் பாருங்கோ... என்று மடமடவென்று மேளத்தை தட்டிவிட்டு இரண்டடி விட்டமுள்ள வளையத்தில் நாலாபுறமும் பந்தத்தில் தீ பொருத்தினான்.. இதற்கிடை யில் அந்தப் பெண் தனது இடுப்பிலுள்ள ஒருவயது குழந்தையை காசு போடுவதற்காக விரிக்கப்பட்ட துணியில் உட்கார

வைத்தாள் .ஹே ..ஹே ..என்று சத்தம் எழுப்பி எல்லாருடைய கவனத்தை ஈர்க்க கைதட்டி, கைகால்களை விரித்தும் மடக்கியும் சத்தம் கொடுத்தாள். பிரியா கவனித்தாள், ஒல்லியான அவள் வயிறு சற்று மேடாக இருந்தது. அவள் உடலை பின்னோக்கி அரைவட்டத்தில் வளைத்தாள். முன்வயிறு மேடாக தெரிந்தது. பெரிய கல்வைத்த மோதிரம்போல் இருந்தது அவளது பின்னோக்கி வளைந்த இடுப்பு..! பிரியாவுக்கு மனதை பிசைந்தது. அவளுக்கு நாலு மாசமோ, ஐந்து மாசமோ ..... .கண்ணீர் முட்டியது. கைப் பையைத் திறந்து ஒரு பத்து ரூபாய் எடுத்து அந்த பெண்ணிடம் கொடுத்தாள். அந்த பெண் குனிந்து பிரியாவின் முகத்தையும், வயிற்றையும் பார்த்தவுடன் வானத்தை நோக்கி வணங்கிவிட்டு பிரியாவின் வயிற்றருகே கைகளைக் குவித்தாள். பிரியாவால் அங்கு நிற்க இயலவில்லை. முந்தானையால் வயிற்றை மூடி வேகமாக நகர்ந்தாள்..கழைக்கூத்தாடி மேளத்தைக் கொட்டி “மகராஜ்மாரே எல்லாம் வகுத்துக்குதான் இந்த பாடு!. இரக்க மனசுக்காரங்க உதவுங்க சாமிகளா...” என்று சொல்ல அந்த இரண்டு வயது குழந்தை தனது காலையும், கையையும் ஆட்டி ஆடுவதுபோல் பாவித்து தட்டேந்தி கூட்டத்தாரிடம் சென்றது.

பிரியா நடைமேடைக்கு வரவும், கடற்கரைக்குச் செல்லும் மின்ரயில் வந்தது. ஏறி உட்கார்ந்த பின்தான் சீரான சுவாசத்தை உணர்ந்தாள்.’தான் தான் கருமாயப் படுகிறோம் என்றால் தன்னைவிடவும் மோசமாக சிரமப் படுபவர்களும் இருக்கிறார்களே.....’ மின்வண்டி காற்றாடி யின் குளிர்ந்த காற்று இதமாக இருந்தது. புறப்பட்ட வண்டியின்தட தட சத்தம் இவளோட இதயத்துடிப்பையும் சிசுவின்துடிப்பையும் ஒன்றிசைந்து ஒலிப்பதாக உணர்ந்தாள். அனிச்சையாக வயிற்றைத் தடவினாள். பெரும் குடத்தை தடவுவதுபோல் இருந்தது. அவளுக்கு தான் வணங்கும் பெரிய பித்தளைச் செம்பு நினைவுக்கு வந்தது.! கண்ணீர் பொங்கி வழிந்தது. முந்தானையை சரிசெய்யும் வேகத்தில் துடைத்துக் கொண்டாள்.

பிரியாவும், சுரேஷும் பொறியியல் கல்லூரியில் படிக்கும் போதே இருவரும் காதலித்தனர்.சாதி ஏற்ற தாழ்வு அவர்களது எதிர்கால வாழ்வுக்கு அனுமதிக்காது என்று அறிந்து தங்களைக் தாமே கட்டுப்படுத்த முயன்றனர்.அவர்கள் ஒருவரையொருவர் பார்க்க தவிர்த்தாலும் மனது கட்டுப் படவில்லை.இந்த சமூகத்தை

எதிர்த்து வாழ்ந்து பார்ப்போம் என்று இணைந்தனர். சுரேஷ் கல்லூரியில் வளாகத் தேர்வில் பிரபல மென்பொருள் நிறுவனத்தால் தேர்வு செய்யப் பட்டான்.சுரேஷ் பணியில் சேரக் கிளம்பும் போது பிரியாவும் அவனுடன் வருவதாக புறப்பட்டுவிட்டாள். அவன் தங்குமிடம் எல்லாம் ஏற்பாடு செய்துகொண்டு மூன்று நான்கு மாதங்களில் வந்து அழைத்து செல்வேன் என்பதை, அவள் ஏற்கவில்லை. தன்னை தனது குடும்பத்தார் வேறு ஒருவனுக்கு மணமுடிக்கத் திட்டமிடுகின்றனர். தன்னை விட்டுச் சென்றால் வாழ்வை முடித்துக் கொள்வேன் என்று அழுது அடம்பிடித்தாள். அவன் வேறு வழியின்றி அவளை அழைத்துச் சென்றான். அவளது குடும்பத்தார் அவர்களை முப்பத்திரண்டு திசைகளிலும் தேடினர். பிடிக்கமுடியா நிலையில் காவல்துறை மூலம் ஆள்கடத்தல் புகாரில் தேடினர். நண்பர்கள் மூலம் அறிந்து மாவட்டக் காவல்துறை கண்காணிப்பாளரிடம் சரணடைந்தனர். அவளே அவனுடன் விரும்பிச் சென்று மணமுடித்துக் கொண்டேன். மணமான எங்கள் உயிருக்கு பாதுகாப்புக் கொடுங்கள் என்று மனு கொடுத்து காவல்துறை பாதுகாப் போடு மாவட்டத் தலைநகரில் நண்பர்கள் உதவியோடு ஒரு வீடு எடுத்து தங்கினர். இவர்களுக்கு பாதுகாப்பாக பலபிரிவுகளை சேர்ந்த மாணவர்கள் தூர இருந்து கண்காணித்து வந்தனர். இந்த பாதுகாப்பு வளையத்துள் பிரியாவின் அப்பா வகையினர் ஊடுருவ முடியவில்லை!

தந்தை முகம் காணாமல் வளர்ந்த மகனுக்கு சாதி வெறியர்களால் எந்த நேரமும் உயிருக்கு ஆபத்து வருமோ என்று அஞ்சி வருந்தி அம்மா உயிரை விட்டாள் .. போலீஸ் பாதுகாப்போடுதான் அம்மாவின் இறுதிச் சடங்குகள் நடந்தன.அம்மாவின் காரியங்கள் முடிந்தவுடன் அக்கா, அம்மா தெய்வமாக நினைத்து வணங்கிய பித்தளை செம்பைக் கொடுத்து ,'' அந்த சாதிக்காரங்க நோட்டம் பார்த்துகிட்டு சுத்திசுத்தி வர்றாங்க, விரசா, கண்ணு காணா சீமையில்போய் பதுவுசா, கருத்தா பிழைச்சுக்குங்க கண்ணுகளா..! .அம்மாவும், அப்பனும் தெய்வமா துணை நின்னு காப்பாத்துவாங்க! , அவங்களை மறக்காம கும்பிட்டு வாங்க கண்ணுகளா....'' என்று அக்கா கண்ணீர் பொங்க பயபக்தியோடு அவர்களிடம் செம்பைக் கொடுத்தாள். காவல்துறையின் அனுமதியுடன், சென்னை யில் வக்கீலாக இருக்கும் பால்ய நண்பன்பாலு உதவியுடன் அவர்களது ஊர்மக்கள் கால்படாத பெருங்களத்தூரில் வீடு பார்த்து குடியேறினர்.

முதல் நாளில் அந்த செம்பில் நிறை நீர் நிரப்பி கும்பிட்டுத் தனிக் குடும்பத்தைத் தொடங்கினர்.

பிரியா அந்த செம்பு பற்றிக் கேட்டாள்.. இந்த செம்பு எனக்கு அப்பாவாக மட்டும் இருந்தது. இனிமேல் எனக்கு அம்மாவும், அப்பாவும் , நம்ம குலதெய்வமும் இதுதான்! என்று மெய்சிலிர்த்து சொன்னான் சுரேஷ். அவள் புரியாமல் கேட்டாள்.. சுரேஷ் நிதானித்து உணர்சிகளைக் கட்டுப் படுத்திக் கொண்டு சொன்னான்.

“நான் நாலு மாத சிசுவாக அம்மா வயிற்றில் இருக்கும் போது ஊருக்குள் நடந்த சாதிச்சண்டையில் எங்கள் மாமாவை வேற்று சாதிக்காரர் அரிவாளால் வெட்டப்போகையில் அப்பா போய்த் தடுத் திருக்கிறார்; அரிவாள்வெட்டு அப்பா மீது பட அப்பா அந்த இடத்திலே இறந்திட்டாராம். அப்பா இறந்த போது நான் நான்கு மாத சிசு இதை எங்கூரு வழக்கப் படி நிறைசெம்புல எல்லார் முன்னால நாலு முல்லைப் பூவை போட்டு குறிப்பால சொல்லியிருக்காக. எங்க அம்மாவையும், நான் பிறந்த பின்னும் எங்க சொந்தக் காரங்கதான் உதவி செஞ்சாங்க. கொஞ்சம் எனக்கு விவரம் தெரிஞ்ச பின்னால ஒருநாள் எங்க சொந்தக் காரங்க எல்லாம் வந்து இந்த செம்பு எங்க அப்பாவின் நினைவா கும்பிடுவதாக சொன்னாங்க.! இந்த செம்பை கும்பிடும்போது எனக்கு ஏற்பட்டமாதிரி யாருக்கும் இப்படி ஒரு கொடுமை நேரக்கூடாது. சாதிவெறி இல்லாத மனுசனா வளருனும்னு உறுதியோடு தான் நான் வளர்ந்தேன். நம்ம கல்யாணத்தில் கூட சாதி பிரச்சினை வந்திரக் கூடாதுன்னுதான் தயங்கினேன். நீ பிடிவாதமா நின்னு என்னை ஜெயிச்சிட்டே! ஆனா உங்க அப்பாவும் அவரோட ஆளுக மிரட்டலில் தன் மகனை வாரிசு இல்லாம கொன்னுருவாங்கலோ.. தந்தை இல்லாம வளர்த்த பிள்ளைக்கு சாதியினால இன்னொரு ஆபத்தா... என்று அம்மா புலம்பி புழுங்கிச் செத்தார்.....” சொல்லி தொண்டை உடைந்து குமுறினான் .

இவளும் அவனைக் கட்டிப் பிடித்து, என்னாலதனே உங்களுக்கு இவ்வளவு பிரசின்னை..? இனி எந்த ஜென்மத்திலும் எங்க வீட்டாரையோ, அந்த சாதிக்காரங்களையோ நினைச்சுகூட பார்க்க மாட்டேன்.. உங்களையும், உங்களைச் சேர்ந்தவரையும் எந்த சூழ்நிலையிலும் விட்டுத்தர மாட்டேன்!. என்று விம்மி விம்மி அழுதாள் .!

காவல்துறையினரின் பாதுகாப்போடு இருந்தபோது இணையத்தில் வேலை தேடியபோது இந்திய ராணுவத்தில் மின்பொறியாளர் பணிக்கு கேட்பு வந்திருந்தது விண்ணப்பித்தான்.. இதற்கான இணையதேர்வுக்கு அழைப்பு வந்தது. கலந்து கொண்டான். தெரிவானதாக பணி ஆணை வந்தது. பிரியாவின் வற்புறுத்தலுக்கு இணங்கி டேராடூனில் பணியில் சேர்ந்தான். பயிற்சி முடிந்ததும் எங்கு பணியமர்த்தப் படுகிறானோ, அங்கு குடியிருப்பு வசதி தரப்படும். அங்கு போய்விடலாம். அதுவரைக்கும் நண்பரின் உதவியால் ஒரு வேலை பார்த்துக் கொண்டு இவள் சென்னையிலே இருப்பது என்ற முடிவில் சுரேஷ் வடக்கே, இவள் தெற்கே என்று இருக்கிறார்கள்.

சுரேஷ் பணியில் சேர்ந்த மறுவாரமே இவள் கருவுற்ற செய்தியைச் சொன்னாள். வயிற்றில் குலக்கொழுந்து வளரும்போது, கணவனும் மனைவியும் தனித்தனியாக இருக்க வேண்டிய தாயிற்றே ..என்ற வருத்தம் இருவரையும் அலைக்கழித்தது. என்ன செய்வது? ஒருவருஷம் தானே சமாளித்துக் கொள்வோம்... என்று ஒருவருக்கொருவர் ஆறுதல் சொல்லிக் கொண்டார்கள். டேராடுனில் ஆறுமாதம் தான் பயிற்சி. பின்னர் இந்தியாவில் உள்ள அனைத்து ராணுவ பாதுகாப்பு மையங்களிலும் பதினைந்து நாட்கள் வீதம் சிறப்பு பயிற்சியாம்.. வடமாநிலங்களில் இறுதியாக தற்போது காஸ்மீரில் பயிற்சி என்று சொன்னான். இதற்குபின் தென் மாநிலங்களில் பயிற்சி. அனுதினமும் இரவு, இணைப்பு கிடைக்கும்போதெல்லாம் வீடியோ அழைப்புகளில் பேசிவிடுவான்.. பயிற்சியின்போது வழங்கப் படும் ஊதியத்தில் பாதியை அவள் பெயருக்கு அனுப்பி விடுவான். வீடியோவில் என்ன பேசினாலும் நேரில் இருந்து அவளோடுஉறவாடி வலியின்போது, அயற்சியின்போது கணவன் பக்கத்தில் இருந்து ஆறுதல் சொல்வது போலாகுமா..... துடித்து அங்குமிங்கும் அசையும் சிசுவுக்கு அப்பா வெளியிலிருந்து கொடுக்கும் முத்தத்தில் அவளுக்கு வலியெல்லாம் பறந்துவிடாதா ...

எட்டு முடிந்து ஒன்பதாம் மாதம் பிறக்கப் போகுது. இன்னும் பத்து நாளோ பதினைந்து நாளோ குழந்தை பிறந்து விடலாம். இவள் வேலை பார்க்கும் தம்பு செட்டித் தெரு வக்கீல் அலுவலகத்தில்," ஓய்வு எடுத்துக்கொண்டு பிரசவம் ஆனப்புறம் உங்களுக்கு எப்போ முடியுதோ அப்போது வாங்க" என்கிறார் மூத்த வழக்கறிஞர்

செந்தில்நாதன். ஆனால் வீட்டில் சும்மா படுத்தே இருந்தால் கைகால்கள் வலிப்பது போலிருக்கிறது. அதைவிட மனச்சிலந்தி கவலை வலைகளைப் பின்னி பின்னி சிந்தனையை முடக்கி நிம்மதியை; கெடுக்கிற கொடுமை தாங்க முடியவில்லை.

கடந்த பத்து நாளாக சுரேஷிடமிருந்து எந்த தகவலும் இல்லை. அலைப்பேசியில் தொடர்பு எல்லைக்கு அப்பால் என்று அறிவிப்பு மட்டுமே.. எல்லைப் பகுதியில் அனுதினமும் தீவிரவாதிகளின் ஊடுருவல், சுடல்,வீரர்கள் கடத்தல், முறியடித்தல், இருபக்க உயிர்ச்சேதங்கள் இப்படியான ஊடகச்செய்திகள் இவளை வாட்டுகின்றன' '.சுரேஷ் வயிற்றிலிருக்கும்போது அவன் தந்தை இறந்தது போல் அவன் பிள்ளை வயிற்றிலிருக்கும் போது அவனுக்கு ஏதேனும் நேர்ந்திடுமோ... அய்யோ... அவன் இராணுவத் திற்கு போகத் தயங்கும் போது நான்தானே அவனைப் போகச் சொன்னேன்... பயிற்சிக் காலம் தவிர போர்க்களத்தில் வேலை இல்லை என்றுதானே போகச் சொன்னேன் ... நானே எனக்கு கெடுதல் செய்து கொண்டேனோ...'

இப்படியான எண்ணங்கள் சனி, ஞாயிறு, இரு நாள்களிலும் இவளைக்கடைந்து கண்ணீரைப் பெருக்கியது. திங்கள் விடிந்தவுடன் அலுவலகம் போனாலாவது நிம்மதி கிடைக்கும். பணியில் தன்னை மறக்கலாமென்று தான் இயலாமையோடு வெயிலில் புறப்பட்டாள். அந்த கழைக்கூத்தாடிகள் கூட கணவனும் மனைவியாய் சேர்ந்தே திரிகிறார்கள். இன்பமோ, துன்பமோ, வலியோ, சுகமோ பகிர்ந்துகொள்ள வாய்த்திருக்கிறது ...தனக்கு அதுகூட வாய்க்கவில்லையே என்று சிந்தனை தடதடத்து ஓடிகொண்டிருக்கிறது. பெருங்களத்தூரிலிருந்து எத்தனை நிறுத்தங்கள்.. எத்தனை எத்தனை விதமான மனிதர்கள் ஏறுகிறார்கள், இறங்குகிறார்கள், பேசுகிறார்கள். எதையும் திறந்திருக்கும் இவள் கண்கள் உணர்த்தவில்லை! இகண்களும் உறைந்திருக்க எண்ணங்கள் அடிநீரோட்டமாக ஓடிக் கொண்டிருந்தன. தானுறைந்தாலும் தன்னுணர்வு விழித்துக் கொள்ளும்போலும் கோட்டை ரயில் நிலையம் வந்ததும் அடுத்து கடற்கரை நிலையத்தில் இறங்க தயாராகும் வழக்கம். தன்னுணர்வுக்கு வந்தாள். கடற்கரை நிலையம் வந்ததும் மெல்ல கவனமாக இறங்கினாள். மெதுவாக கட்டிடங்களின் நிழல்குளிர்ச்சியிலே நகர்ந்தாள் தேசிய. வங்கி அருகிலுள்ள ஏ. டி. எம். அறையுள் நுழைந்து பணம் எடுக்க முயன்றாள் .ஐந்து நிமிட

இயக்கத்துக்கு பின் இதயவுசெய்து உங்களது வங்கியின் வேறு கிளையை அணுகுங்கள் என்று தகவல் மின்னியது.எரிச்சலைக் கட்டுப்படுத்திக் கொண்டு ஐம்பதடி தள்ளியுள்ள அடுத்ததேசிய வங்கி பண எடுப்பறை க்குப் போனாள்.அங்கும் ஐந்து நிமிடம் காலும் இடுப்பும் கடுக்க காத்திருந்ததுதான் மிச்சம். திடீர்னு மருத்துவ மனைக்குப் போகணுமுன்னா என்ன செய்யிறது? கொஞ்ச தூரம் தள்ளி அடுத்த தெருவில் ஒரு தனியார் வங்கி பண எடுப்பறை இருந்தது நினைவுக்கு வந்தது. வெயிலில் ஊற்றெடு த்த வேர்வை உடலெங்கும் நமநமத்தது எரிச்சலாக இருந்தது.பல்லைக் கடித்துக்கொண்டு நடந்தாள். இவளுக்கு முன் ஐந்து பேர் வரிசையில் நின்றார்கள். கர்ப்பிணி என்பதறிந்து இவளை பணமெடுக்க அனுமதித்தார்கள்.

இவளுக்கு கூச்சமாக இருந்தது.முகத்தில் நன்றி மிளிர இவளது அட்டையை செருகினாள். இந்த எந்திரத்தில் ஒரு நாளைக்கு பத்தாயிரம் ரூபாய்தான் எடுக்க முடியும்.இவள் எடுத்துக் கொண்டு அவர்களுக்கு நன்றி சொல்லி நடந்தாள். வழக்கறிஞர் செந்தில்நாதனுக்கு இவளது குடும்ப நிலை தெரிந்ததால் இவளுக்கு நேரக் கட்டுப்பாடுகள் இல்லை. கொடுத்த குறிப்புகளைக் கொண்டு வழக்குரையை பிழையின்றி தட்டச்சு செய்திடுவாள் . இவளிடம் முக்கிய வழக்கு உரைகளை முன்கூட்டியே கொடுத்து நிதானமாக தயாரிக்கச் செய்திடுவார். இடைச்செறுகலாக வாதக் குறிப்புகளைச் சேர்க்கவேண்டுமெனில் சொன்னவுடன் நொடிப்பொழுதில் முடித்துக் கொடுப்பாள். ஆகவே இவளுக்கு நேரக்கட்டுப்பாடுகள் இல்லை. திங்கட்கிழமை எல்லாரும் பரபரப்பாக இருந்தனர் இவள் அலுவலகத்தில் நுழைந்தவுடன்.மூத்தவர்களை வணங்கி தனது இடத்தில் கைப்பையை வைத்து விட்டு கழிவறை சென்று முகம்கழுவி வந்தாள் .

இவளுக்கு வேலை ஏதும் கொடுக்கப் படவில்லை.கொண்டு வந்திருந்த சூடுதங்கு குடுவையிலிருந்த பாலை ஊற்றிக் குடித்துவிட்டு அன்றைய செய்தித்தாளைப் புரட்டினாள் .காஸ்மீர் எல்லையில் பதற்றம்.தீவிரவாதிகளுக்கும் ராணுவத்திற்கும் கடுமையான துப்பாக்கி சூடுகள். இருபக்க உயிரிழப்புகள் அறியப் பட இயலவில்லை. என்று படங் களோடு செய்தி வந்திருந்தது. அவளுக்கு மயக்கமாக வந்தது.இருக்கையிலே சாய்ந்து கண்மூடினாள். வக்கீல்கள் எல்லோரும் நீதிமன்றம் போயிருந்தார்கள். அலுவலக

உதவியாளர், பிரியாவின் முகத்தில் தண்ணீர் தெளித்து எழுப்பினார். சூடாக பால் ஊற்றிக் கொடுத்து சற்று ஓய்வெடுக்கச் சொன் னார்.. பத்து நிமிடம் கழித்து ஒரு ஆட்டோவை வரச்சொல்லி ரயில்ஏற்றிவிட்டார்.

வயிற்றில் உறங்கிய சிசு விழித்துக்கொண்டு புரளத் தொடங்கியது. சிசுவை மெல்லத் தடவிக்கொண்டே கண்ணயர்ந்தாள், இறங்க வேண்டிய இடம் நெருங்க அனிச்சையாக விழித்து இறங்க தயாரானாள். வெயில் உச்சத்தில் தகித்தது. கடல் பக்கத்தில் இருந்தும்கூட காற்றைக் காணோம்! உயரமான கட்டடங்கள் தடுத்து விடுகின்றனவா... காற்றின் உறுப்புகளான மரங்கள் குறைந்து போனதா.... இந்த வெக்கையில் நடை தோதுப் படாது. என்று ஆட்டோ பிடித்து வீட்டுக்குள் நுழைந்தாள். சாப்பிடத் தோன்றவில்லை. வயிற்று பிள்ளக்காகவாவது தின்றாகவேண்டுமே. குழந்தைக்கு ஊட்டுவது போல் பாவனையில் உண்டாள். பிள்ளையின் துடிப்பு அதிகமாக இருக்கிறது. இடுப்பு வலிப்பது போலும் வலிக்காத மாதிரியும் இறுக பிடித்த மாதிரியும் உணர்வு. இன்று மாலையோ, நாளை காலையோ மருத்துவரைப் பார்க்க சுரேஷின் நண்பரின் மனைவி கமலா அண்ணியை அலைப்பேசி யில் தொடர்பு கொண்டாள். மருத்துவர் நாளை பதினோரு மணிக்கு வரச்சொன்னதாக அண்ணி சொன்னாள்.

அம்மாவோ, மாமியாரோ, பக்கத்தில் இருந்தால் தம் அனுபவத்தின் அடிப்படையில் யோசனை சொல்வார்கள்; கண்ணாக உருத்தாக கவனித்துக் கொள்வார்கள். தனக்குத்தான் மாமியாரில்லை. அம்மாவை உதறி வந்து விட்டோம்; அம்மா வீட்டாரே எமனாக இருக்கிறார்கள். அக்கம் பக்கத்தில் இருக்கிறவங்க தான் தனக்கு எல்லா உறவுகளும்!. உதவும் உள்ளங்களைப் பயன்படுத்திக் கொள்ள வேண்டியது தானே!. இவள் உடல்நிலையைக் கருதி கமலா இரவில் பிரியாவுடன் தங்குகிறாள். இம்மாதிரியான சமயத்தில் மனசு தைரியம்தான் சுகப் பிரசவத்திற்கு உதவும். உற்றார் உறவெல்லாம் ஆத்மார்த்த ஆதரவுதான். நம் சுமையை நாம்தானே சுமந்தாக வேண்டும்!. நாங்க பக்கத்தில் இருக்கிறோம் . உனக்கும் பிள்ளைக்கும் எந்த பாதிப்பும் வராது என்று தைரியப்படுத்தினாள். கமலா. இளம்சூட்டில் வெந்நீர்வைத்து இடுப்புக்கு கீழே ஊற்றிட்டாள். சற்று இதமாக இருந்தது பிரியாஉண்டதும், சுரேஷ் எண்ணுக்கு முயன்றாள் தொடர்பு கிடைக்கவில்லை.. பலமுறை தொடர்பு கொண்டாள் நீங்கள் தொடர்பு கொள்ளும் வாடிக்கையாளர்

தொடர்பு கொள்ளவிரும்பவில்லை அல்லது அவரது சாதனம் தொடர்பு கொள்ளும் நிலையில் இல்லை என்ற பதில்கள் எரிச்சலூட்டின.ஆனாலும் அவனது முறுவல் பூத்த முகம் அவளது மனதை வருடிக் கொடுத்தது.. அந்த நினைவிலே உறங்கி விட்டாள்.

உடல் அலுப்பில் கண்ணயர்ந்தாலும் நள்ளிரவில் மனம் விழித்துக் கொண்டது.சிசு புரண்டு புரண்டு வந்தது அம்மவைப்போலவே.! ... எல்லையில் இராணுவமுகாமிலிருந்த அதிகாரிகள் கடத்தல்... ராணுவம் மீட்கப் போனதில் இருபக்கமும் உயிரிழப்புகள் உயிரிழந்தவர்கள் யார் யாரெனத் தெரியவில்லை என்ற செய்திகள் கனவிலும் நினைவிலுமாய் அவளை நிலையில்லாமல் அலைக்கழித்தது. மங்கலாக சுரேஷின் முகம்போல் ஓருருவம் இளனகையோடு மின்னி மறைந்தது.எழுவாள் உட்காரவும் இயலாமல், நிற்கவும் முடியாமல் மீண்டும் படுப்பாள்.விடிந்த பாடில்லை. எப்போது கண்ணயர்ந்தாலோ தெரியவில்லை.

ஏழு மணிக்கு கமலா எழுப்ப, பிரியா கனத்த இமைகளை விடுவிக்க முயன்றாள் . சிசுவின் துடிப்பை மிருதுவாக சாந்தப் படுத்தினாள். அதன் பசி அமர்த்தியாகவேண்டுமே. பைய்ய இடுப்பைப் பிடித்தபடி எழுந்து அமர்ந்தாள். கைப்பேசியை மினுக்கினாள். தவறிய அழைப்புகளோ, குறுஞ்செய்திகளோ; அவனிடமிருந்து வந்திருக்கவில்லை மாறாக இராணுவ முகாம்களில் அலுவலர்கள் கடத்தப்படுவது, கொல்லபடுவது போன்ற நிகழ்வுகள் நினைவிலாடிக் கொண்டிருந்தன.. கடவுளே சுரேஷ்க்கு எந்த ஆபத்தும் நேர்ந்திடக் கூடாது. அப்படி நேருமென்றால் எங்கள் இருவர் உயிரையும் எடுத்துக்கோ.... எங்களை வாட்டி எடுக்காதே...'.மனசுக்குள் குமுறினாள்.கமலா வற்புறுத்தலில் பல்துலக்கி முகம் கழுவி கட்டிலிலே அமர்ந்தாள் நீண்ட பின்னலைப் பிரித்து கூந்தல் உதறி எண்ணெய் தடவி மீண்டும் பின்னலிடுவது அச்சலாத்தியாக இருந்தது. கமலா தந்த இட்டலியை நிதானமாக உண்டாள்.

மணி பத்தரை ஆகப்போகிறது இன்னும் கால்டாக்சி யைக் காணோமே....என்று வாசலில் நின்று தெருவைப் பார்த்தாள். பிரியாவும்மருத்துவ மனைக்கு எடுத்து செல்ல வேண்டியவற்றை எடுத்துக் கொண்டு வாசல் கதவருகே வந்து நின்றாள்.தெரு முனையில் ராணுவ வாகனம் வந்து கொண்டிருந்தது. மிலிட்டரி

வண்டி மாதிரி தெரிகிறதே..என்று கமலா சொல்லி முடிப்பதற்குள் பிரியா ஐயோ சுரேஷ் , என்று அலறியபடி சாய்ந்தாள் இமைக்கும் நொடியில் கமலா ஓடி பிரியாவைத் தாங்கிப் பிடித்தாள்.மயக்கமுற்ற பிரியாவின் கால்களின் ஊடாக நிணநீர் வடிந்தது'. அம்மா பனிக்குடம் உடைந்து விட்டது போலிருக்கே' என்று கதவை மூடிவிட்டு பிரியாவின் ஆடையை ஒதுக்குவதற்குள் வீரென்று மழலைக் குரல் தொடர்ந்தது. பூப்போல குழந்தை மேனியை வெளியே எடுத்து இளஞ்சூட்டு வெந்நீரால் துடைத்து கட்டிலில் மென்மையான துணிகளை மெத்தை போல் விரித்து படுக்க வைத்தாள். பிரியாவின் மயக்கத்தை தெளிவிக்க தண்ணீரால் முகத்தை துடைத்துக்கொண்டு இருக்கையில் வீட்டின் முன் வாகனங்கள் நிற்பதும் பூட்ஸ் கால்கள் ஒலியும் கேட்டன..கமலா எழுந்து பதற்றத்தோடு இலேசாக கதவைத்திறந்து தலையை வெளியே காட்டினாள்.சுரேஷ் இராணுவ உடையில் வாசலை நோக்கி வந்து கொண்டிருந்தான். கமலா சிரித்த முகத்தோடு கையை அசைத்து வெளியவே நிற்க சொன்னாள். பிரியாவை மீண்டும் முகம் துடைத்து முழுபலத்தையும் செலுத்தி தூக்கி படுக்கையில் படுக்க வைத்ததாள். அரைமயக்கத்தில் முனகலோடு பிரியா ஒத்துழைத்தாள். பிரியா இமை விரித்து குழந்தையை முனகலோடு தடவிக்கொண்டு இருந்தாள்.

கமலா கதவை ஒருச்சாய்த்து திறந்து சுரேஷை மட்டும் வரச் சொன்னாள். சுரேஷ் பதற்றத்தோடு பிரியா என்று சத்தம் கொடுத்தவாறே உள்ளே நுழைந்தான்.பிரியாவின் காதுமடல்கள் பரபரக்க இமைகள் படபடக்க சத்தம் வந்த திசையில் முகத்தை திருப்பினாள். அவன் அவளது அருகே சென்று குனிந்து "சாரி, பிரியா சர்ப்ரைஸா இருக்கும்ன்னு ப்ளைட் ஏற்ரதுக்கு முன்னால சொல்லல.." ...பிரியா முத்து முத்தாய் கண்ணீர் வழிய குழந்தையைக் காட்டி, அவனது நெஞ்சில் குத்தியபடி மயங்கினாள்.

சுரேஷ் குழந்தை மீது பார்வையை பரவவிட்டபடி பிரியாவை நோகாமல் படுக்க வைத்தான். கமலா ஆர்வத்தோடு குழந்தையைப் பார்த்தாள்.பெண்குழந்தை என்றாள். பிரியா நமக்கு அம்மா பிறந்திருக்கா பாரு என்று பாலுக்காக வாயை வாயைத் திறந்த குழந்தையைக் காட்டி, சுரேஷ் அவளை பதனமாக தொட்டு எழுப்பினான்.

26.08.2018 தினமணிக்கதிர்

தீட்டிய கட்டையில்...

காலை மணிஆறிருக்கும்.உடற்பயிற்சியையும் சுவாசப் பயிற்சியையும் முடித்து எழும் நேரம். கதவு மெலிதாகத் தட்டப்பட்டது ஒலி உரத்துக் கேட்டது.மனதில் பல கேள்விகளோடு கதவைத் திறந்தேன்.

எண்பது வயது மதிக்கத் தக்க பெரியவர் நின்றிருந்தார்.வாசல் விளக்கொளியில் ஊடுருவிப் பார்த்தேன்.அவர் பெயர் பழனிச்சாமி. .எனது தந்தையார் காலத்திலிருந்து கடந்த முப்பது வருடங்களாக அவரது குடும்பதாரிடம்தான் முடிவெட்டிக் கொள்வது. பெரியவரே உள்ளே வாங்க.என்றேன். அவர் தயங்கி தயங்கி உள்ளே நுழைந்து உட்காருவதற்கு தரையைப்பார்த்தார். “சும்மா சேரிலே உக்காருங்க”. அவர் கொஞ்சம் கூச்சத்தோடு உட்கார்ந்தார்”.என்னங்க நாங்கதான் உங்களைத்தேடி வருவோம்.நீங்க என்னை இந்த வயதிலும் தேடி வந்திருக்கீங்க.

டீ, காபி சாப்பிட்றீங்களா ?”அவர் பதில் சொல்லுமுன முதல்ல தண்ணியைக் குடிங்க, என்று தண்ணீர்பாட்டிலை நீட்டினேன்.அவர் மெல்லிய கூச்சத்தோடு ஒருமிடறுகுடித்துவிட்டு, பாட்டிலை ஓரமாக வைத்தார்.என்ன விஷயம் சொல்லுங்க.என்றேன்.

“ஒண்ணுமில்லை. தம்பி, என்பேத்தியா மகனை ராத்திரி பத்து மணிவாக்கிலே போலீஸ் பிடிச்சுட்டுப் போயிருச்சு, அவன் கடைக்கு வர்ற வாடிக்கைபையன் பாலிடெக்னிக் காலேஜ் பீஸ்கட்டணும்னு ஒரு செல்போனை விற்றுகொடுக்கச் சொல்லி குடுத்திருக்கான். அது திருட்டு செல்லுன்னு இஇவனைப் போலிஸ் பிடிச்சிட்டுப் போயிருச்சு. என்மகன் வழிப்பேரன்களும் கவருமென்ட்டு வேலைகள்ள அங்கங்கங்க இருக்காங்க. இருந்தாலும் அவன்களுக்கு அந்த அளவுக்கு விவரம் பத்தாது. அதனால்தான் டெபுடி கலக்டரா இருக்கிற உங்களைத் தேடிவந்தேன். தொந்தரவை மனசில வச்சுக்காம உதவணும் தம்பி. உங்களைத் தவிர வேறு யாரு உதவ முடியும் ?”.

பேச்சு சத்தம் கேட்டு மனைவி எழுந்து வந்துபார்த்த நிழலாடியது. நான் அவளைப் பார்த்ததும் அவள் ஆடைகளை சரிசெய்து கொண்டே''வாங்க ''என்று தலையசைத்து வரவேற்றாள். பழனிச்சாமி தனது கனத்த சரீரத்தை எழுப்பி தலை உயர்த்தி வணங்கி அமர்ந்தார்.'' டீயில சர்க்கரைப் போடலாமா.''.

''எதுக்குங்கம்மா காலையிலே தொந்தரவு இப்பதான் சாபிட்டுட்டு வந்தேன்'' ''எங்க வீட்டுக்கு வந்திட்டு டீ சாப்பிடாட்டா எப்படி? சக்கரை போடலாமில்ல.'' கூச்சத்தோடு சொன்னார் ''அரைச்சக்கரைதாயீ''; டம்ளரில் வாய்வைத்துக் குடிக்கத்தயங்கினார். பெரியவரே சும்மா வாய்வைத்துக் குடிங்க. அவர் குடித்தபின், ''நான் பதினோரு மணிக்கு டவுன் ஸ்டேசனுக்கு வந்திர்றேன். பயபடாமப் போங்க.'' என்று சொல்லி முன் வாசல்வரை அவருடன் சென்று அனுப்பிவைத்தேன்.

பத்து மணிக்கு அலுவலகம் செல்வதற்குமுன் எனது நேர்முக அலுவலரைத் தொடர்பு கொண்டு இந்த வழக்கு பற்றி காவல்நிலையத்தில் விசாரித்து விவரம் சொல்லச் சொல்லிவிட்டு அலுவலகம் சென்று அன்றைய முக்கிய பணிகளை முடிக்க சம்பந்தப்பட்ட அலுவலர்களுக்கு அறிவுறுத்திவிட்டு காவல்நிலையம் கிளம்பினேன்.

பழனிச்சாமியின் முடிதிருத்தும் கடை நான் பிறப்பதற்கு முன்னே எழில்நிலையம் என்ற பெயரில் மிகப்பிரபலமாக இருந்தது. இன்று மாவட்டத் தலைநகராக இருக்கும் இவ்வூர் சிறுநகரமாக இருக்கையில் இருந்த ஐந்தாறு முடிதிருத்த நிலையங்களில் எழில்நிலையத்துக்கு தனிச் சிறப்புண்டு. எனது அப்பா 1940களில் பதின் பருவத்தில் இக்கடையில் தான் முடிதிருத்திக் கொள்வாராம். அப்போது பெரும்பாலும் எல்லா சாதியினரும் குடுமி வைத்துக் கொண்டிருந்த காலம். இவர் கடையில்தான் கிராப் வெட்டுவது தொடங்கியதாம். நகரில் கிராப் வெட்டுவது பற்றி பெரும் கிளர்ச்சியைப் போல எதிர்ப்பும், ஆதரவும் இருந்ததாம். எங்க அப்பாவும் நண்பர்களும் இவரிடம் கிராப்பு வெட்டிக்கொண்டு வெளியே போனபோது எங்கோ போகக் கூடாத இடத்துக்குப் போய் செய்யக்கூடாததை செய்ததைப் போல் பார்த்தார்களாம். வீட்டிலும், வெளித்திண்ணையிலும் பெரும்பாலான அப்பாக்களின் பேசுபொருளே எழில்நிலையமும், கிராப்பு வெட்டும், அங்கு

கிடைக்கும் செய்தித்தாள்களும், புத்தகங்களும் தாம்.! அந்நாள் இளைஞர்களுக்கு புதுப் புது சிந்தனைகளைக் கிளர்த்தும் இடமாக இருந்தது அவரது கடை.!.

அப்பா சொல்லியிருக்கிறார், கிராப் வெட்டுவதில் பிரபலமான கடை மீசை வைப்பதில் இரண்டாகியதாம்.! மீசையில்லாமல் மொழுமொழு முகத்தோடு திரிந்தவர்கள் பாரதியார்மீசை, ஹிட்லர் மீசை என்று மீசைகளால் இளைஞர்களைக் கவர்ந்த பழனிச்சாமிக்கு உலகப்போர் நடந்த காலத்தில் ஹிட்லர் பழனி என்றே பெயர் பிரபலமானதாம். இந்த சமயத்தில் தான் கம்பீரமான ஹிட்லர் மீசையை கோமாளித் தனமாக்கியது சார்லி சாப்ளின் படங்கள்.! சார்லி சாப்ளின் ரசிகரான பழனிச்சாமியின் மகன் குமாரசாமி ஹிட்லர் மீசையை, புருவத்தை சற்று திருத்தி சாப்ளின் மீசை நிபுணராக வெளிப்படுத்திக் கொள்ள இளைஞர்கள் குமாரசாமியிடம் காத்திருந்து முகம் திருத்திக் கொண்டார்கள்.

பழனிச்சாமிக்கு குடுமிக்காரர்கள் எதிரிகளான நிலையில் இவரிடம் முதியவர், இளையவர் இருதரப்பும் வருவதில்லை. சிறுவர்கள் மட்டுமே கிராப்வெட்ட வந்தார்கள். ஒரே கடையில் மகனுக்கு கிராக்கி; அப்பனுக்கு அணுகுவாரில்லை என்ற நிலையில் கடையை மகனுக்கு முழுதாக விட்டுத் தரமுடியவில்லை. புதிய கடை வைக்கவும் வசதி இல்லை. அதனால. இடது பக்க நாற்காலி மகனுக்கும் இவலதுபக்க நாற்காலி அப்பாவுக்கும் என பாகப் பிரிவினை ஏற்பட்டது. பழனிச்சாமிக்கு ஹிட்லரின் மீதான கிறுக்கும் செருக்கும் சாப்ளினையும் இதனது மகனையும் எதிரியாகக் கருதச் செய்தது. அதனால் மகனின் வளர்ச்சி மகிழ்ச்சியைக் கொடுப்பதற்கு பதிலாகப் பொறாமையை தூண்டியது, ஆகவே கண்ணுக்கு புலப்படாத சுவரால் பாகப் பிரிவினை ஏற்பட்டது!. ஒரே கடையில் மகனுக்கு கிராக்கிகள் மொய்ப்பதும், அப்பாவுக்கு அணுகுவார் இல்லாமல் ஈயோட்டும் நிலையும் பழனிச்சாமிக்கு பொறுக்கவில்லை.

இந்த சமயத்தில் பழனிச்சாமிக்கு நேதாஜி கைகொடுத்தார். மீசையில்லா நேதாஜி கிராப் என்று நேதாஜி படங்களை வைத்து தேசியவாதிகளை ஈர்க்கலானார்.! 'மீசை இல்லாமலும் மனிதன் வீரமாக இருக்கலாம்! மீசை என்பது அழகியல் ரீதியான கற்பிதமே

'என்றும் மீசையில்லா நேதாஜி தனது வீரத்தாலும் விவேகதாலும் பழனிச்சாமிக்கு தெளிவைத் தந்தார். வாடிக்கையாளர் விரும்புவதுபோல் முடிதிருத்துவதே தனது வேலைஎன்று உணர்ந்து கொண்டார். குமாரசாமி தன் வாடிக்கயாளர்களை தக்க வைக்க பகத்சிங் மீசை, கட்டபொம்மன் மீசை என்று அறிமுகம் செய்தார். இதே நேரத்தில் அக்கடையில் தமிழ்நாடு, குடியரசு, விடுதலை, திராவிடநாடு என , பல புரட்சிகர பத்திரிகைகளும் குமாரசாமி பக்கத்தில் கிடக்கும், தினத்தந்தி, நவசக்தி ஆனந்தவிகடன், சுதேசமித்திரன் முதலான பத்திரிகைகள் பழனிச்சாமி பக்கத்திலும் கிடக்கும். நான்கூட பழனிச்சாமி பக்கம் போய்தான் தினத்தந்தியில் கன்னித்தீவு படிப்பது வழக்கம்.

குமாரசாமியின் சம்பாத்தியத்தைக் கண்டு பெண்கொடுக்க நிறையபேர் வந்தனர். நல்லா சம்பாதிக்கும் மகனைக் கண்டு கொள்ளாமல் இருந்தால் கெட்டுப் போவான் என்று தனகுத் தானே சமாதானப்படுத்திக் கொண்டு மகனிடம் உறவாடிக் கொண்டார்.

இதற்கு உதவியாக முன்பு பகத்சிங், சார்லி சாப்ளின் மீசை வைத்துக் கொண்டவர்கள் ஹிட்லர் மீசையின் மறுவடிவமாக பாரதிதாசனின் கட்டை மீசை வைக்க பழனிச்சாமியை நாடினர். கடையை பிரித்த கண்ணுணராசுவர் தகர்ந்தது!. கண்ணாடிக்கு மேல் சுவரில் வைக்கப்பட்ட ஹிட்லர், சாப்ளின், நேதாஜி, முத்துராமலிங்கத்தேவர், ஜோசப்ஸ்டாலின், மாக்சிம்கார்க்கி, பகத்சிங், வீரபாண்டிய கட்டபொம்மன், பாரதி, பாரதிதாசன், தியாகராஜ பாகவதர் போன்ற மீசையால், சிகை அலங்காரத்தால் அடையாளத்தால் வேறுபடுத்தப் படுத்தப் பட்டவர்கள் படங்களெல்லாம் ஒரே வரிசையில் நெருக்கமாக வைக்கப் பட்டன!. அவர்கள் பற்றிய புத்தகங்களும் ஒரே இடத்தில் உலவின.

இப்பிரமுகர்களின் கொள்கையால் இரு பிரிவாக பிரிந்து விவாதித்த வாடிக்கையாளர்களும் ஓரிடத்தில் கூட மகன் குமாரசாமியின் கல்யாணம் பெரியார் தலைமையில் சீர்திருத்த கல்யாணமாக நடந்தது. பொதுவாக இதுமாதிரி கல்யாணத்தில் கலந்து கொள்ள போக்குவரத்து செலவாகவும், இயக்க நிதியாகவும் பெரியாரின் எடைக்கு எடையாக வெங்காயமாகவோ, தானியமாகவோ, நாணயங்களாகவோ பெற்றுக் கொள்ளும் பெரியார் "முடிதிருத்தும் தோழர் பழனிசாமி முடி திருத்துவதோடு சமூக த்தையும் திருத்தும் பணியைச் செய்கிறார். அவரிடம் பயணச்

செலவுநிதி கேட்க வேண்டாம்'' என்று சொல்லி விட்டாராம்.! காங்கிரஸ், தி.க., திமுக, கம்யுனிஸ்ட் கட்சிக்காரர்கள் எல்லாம் ஒருமனதோடு கலந்து கொண்ட செய்தி நகரமே அன்னம்பாரித்து பேசியது.

எழில்நிலைய வாடிக்கையாளர்கள் பலர் அரசு அலுவலர்களாகி விட்டனர்.!ஒரு சிலர் அன்றைய எதிர்கட்சிகளில் முக்கிய தலைவர்களாகினர் .! அவர்கள் அனைவரும் கல்யாணத்தில் கலந்து கொண்டு, வந்தவர்களை வரவேற்பது முதல் பந்தியில் பரிமாறுவது வரை வேலைகளைப் பகிர்ந்து கொண்டனர்.! மொய்வாங்கவில்லை; வந்தவருக்கெல்லாம் சீர்திருத்த மணம் குறித்த சிறு பிரசுரம் வழங்கப் பட்டது.!

குமாரசாமி தனது பிள்ளைகளப் படிக்க வைத்தார்.அவர்கள் அரசுப் பணிகளில் வெவ்வேறு ஊர்களில் அமர்ந்து விட்டார்கள். பழனிச்சாமியின் மகள் வகையில்தான் முடிதிருத்தும் தொழிலில் ஈடுபட்டுள்ளனர்.

மகளுக்கு பேரன்தான் இந்த வழக்கில் மாட்டிக் கொண்ட பழனிக் குமார் என்ற இளைஞன், ஸ்டார் கிங்க்ஸ்சலூன் நடத்தி வருகிறான்.இவனது வழக்கு பற்றி எனது நேர்முக அலுவலர் விசாரித்ததில் அது ஒரு இடியாப்பச் சிக்கலாக இருந்தது.

பழனிகுமார் கடை வாடிக்கையாளன் முருகன் என்பவன் இவ்வூரில் தனியார் பாலிடெக்னிக் கல்லூரியில் இரண்டாமாண்டு படித்து வருகிறான். பக்கத்து கிராமத்திலிருந்து வந்து படிக்கும் இவனுக்கு குறிப்பிட்ட நாளில் தேர்வுக்கட்டணம் கட்ட இயலவில்லை. இவன் தனது வகுப்பில் படிக்கும் வசதியான மாணவன் அருண்குமாரிடம் தேர்வுக் கட்டணம் செலுத்த கடனாக பணம் கேட்டுள்ளான். எப்போதும் காசு புழங்க மாலைநேரங்களில் ஜாலியாகத் திரியும் அவன் ஒரு செல்போனைக் கொடுத்து இது எனக்கு பர்த்டே கிப்டாக வந்தது. காஸ்ட்லியான போன்! இதை விற்று தேர்வுக் கட்டணத்தைக் கட்டிவிட்டு மீதியைக் கொடு. இன்னைக்கு உனக்கும் பார்ட்டி உண்டு என்றிருக்கிறான்.

பழனிக்குமார் பழைய போன்களை வாங்கி விற்கும் வழக்கம் உள்ளவன். முருகன், பழனிக்குமரிடம் வந்து பரீச்சைபீஸ் கட்டணும் அண்ணே இதை விற்றுக் குடுங்கன்னு கெஞ்சியிருக்கிறான். இது விலை உயர்ந்தபோன் உனக்கு எப்படி கிடைச்சதுன்னு

இவன் கேட்டிருக்கான். அவன்.. சிங்கப்பூரிலிருந்து எங்க மாமா அனுப்பி வச்சது என்றிருக்கிறான். இந்த காஸ்ட்லி போனை உடனே விக்கப் போனால் மூவாயிரம் ரூபாயிக்கு கூட வாங்கமாட்டங்க!. தேடி வர்றவங்க கிட்டத்தான் கூடுதல் விலைக்கு விக்கமுடியும். இப்போதைக்கு உனக்கு பீஸ்கட்ட தோதா ஒரு ஆயிரம் ரூபாய் புரட்டித் தர்றேன்!. நான் படிக்காட்டாலும் உன்னை மாதிரி பையன்களுக்கு உதவனுங்கிறதுக்காக, இதை செய்யிறேன். இந்த செல்லு எவ்வளவு கூடுதல் விலைக்குப் போகுதோ என் கமிஷனை எடுத்துகிட்டு மீதியை தருவேன் என்று சொல்லி பழனிக்குமார் அங்கேயும் இங்கேயுமாய் ஆயிரம் ரூபாய் புரட்டிக் கொடுத்திருக்கிறான்.

அந்த செல்போன் இந்த ஊரில் இருக்கிற முக்கியமான அரசியல் பிரமுகருடையது. அவருடைய மகன் பிறந்தநாள் கொண்டாட்டத்துக்கு கேட்ட பணத்தைக் கொடுக்கவில்லை என்ற கோபத்தில் அந்த செல்லை எடுத்து வந்து விற்றுவிட்டான். அந்த செல்லில் முக்கியமான எண்களும் ரகசிய வரவுசெலவு குறிப்புகளும் உள்ளதாம். அந்த பிரமுகர் தனக்கு வேண்டிய காவல் அதிகாரியிடம் சொல்லி மகனை ரகசியமாக விசாரிக்கச் சொல்லியிருக்கிறார்.

அரசியல்வாதியின் மகன் அருண்குமார் மாலை ஏழுமணி வாக்கில் டாஸ்மாக் கடையிலிருந்து வெளிவரும்போது காவலர் மடக்கிப் பிடித்து ரோட்டோரம் நிறுத்தி வாயை ஊதச்சொல்லி, பைக் சாவியை பிடுங்கிக் கொண்டு “ஸ்டேசனுக்கு வா” என்று அதட்டியிருக்கிறார்.

சார் நான் இனிமேல் குடிச்சிட்டு பைக் ஓட்ட மாட்டேன் சார்; எங்கப்பாவுக்கு தெரிஞ்சா என்னைக் கொன்னுபோட்டுருவார் சார்; இந்த ஒரு தடவை மன்னிச்சிருங்க சார்....” என்று அழுது கண்ணீர் பெருக்கிட்டான். உங்க அப்பா யார்? உனக்கு குடிக்க பணம் யார் தந்தது.? என்று காவலர் கேட்டதற்கு அவன் பதில் சொல்லாமல் அழுது கொண்டே இருந்தான். அவனது சட்டைப் பையில் கைவிட்டு கல்லூரி அடையாள அட்டையை எடுத்து, அவனது அப்பா பெயரை பார்த்து, அவர் என்ன தொழில் பண்ணுகிறார் போன்ற விவரங்களைக் கேட்டார் காவலர். அவன் பெருங்குரலெடுத்து அழுதான். பதில் சொல்ல வில்லை. உங்க அப்பாவைக் கூட்டிட்டு வந்து வண்டியை எடுத்துட்டு போ ” என்று காவலர் சொல்ல .” சார்

எங்கப்பா கட்சித் தலைவர் சார், நான் குடிக்கிறது தெரிஞ்சா கொன்னுருவாரு சார்.'' "உங்க காலேஜில செல்போன் திருடி விக்கிற கேங்லீடர் நீ தானேமே" "சார் அப்படியெல்லாம் இல்ல சார்.'' 'நீ செல்போனைத் திருடி விற்றதுக்கு சாட்சி இருக்கு; இந்த வயசில நீ கேங் லீடராடா என்று சொல்லிக் கொண்டே காவலர்அவனது கன்னத்தில் அறைந்தார். வலது கன்னத்தில் தீ பிடித்தது போல் காந்தல்! அவனுக்கு பொலபொலவென மேல்நீரும் கீழ்நீரும் வழிந்தது.

அவன் செல்போனைத் திருடியதை ஒத்துக்! கொண்டு தனது சகவகுப்பாளி முருகன் மூலம் சலூன்கடை பழனிக்குமாரிடம் விற்கக் கொடுத்த விவரத்தைக் கக்கிவிட்டான். அருண்குமாரையும், முருகனையும் விட்டுவிட்டு பழனிக்குமாரை சலூனில் பிடித்து அடித்து காவல்நிலையத்தில் வைத்து, வருகிற, போகிற காவலர்கள் எல்லாரும் அடித்து துவைத்ததில் அவன் மயங்கி விழவும் வீட்டுக்கு ஆள் அனுப்பி இருக்கிறார்கள். வழக்கு ஏதும் பதிவு செய்யவில்லை. என்று நேர்முக அலுவலர் விசாரித்து அறிந்ததை எல்லாம் சென்னார்.

பழனிச்சாமி மகள் குடும்பத்தார் கண்ணீர் வழிய மனதில் தோன்றிய தெய்வங்களை எல்லாம் வேண்டியபடி காவல்நிலையம் எதிரில்காத்து கிடக்கிறார்கள். பழனிச்சாமி மூன்று தலைமுறைகளைக் கண்டுவிட்ட வாழ்க்கையில் இத்தகைய கொடுமையைக் கண்டதில்லை. காமராஜர் பெரியார், அண்ணா, கலைஞர், ஜீவா, ராமமூர்த்தி பாலதண்டாயுதம், கல்யாணசுந்தரம், போன்றவர்களிடத்தில் அருகில் நின்று பழகியவர்! இப்படியான அரசியல்வாதி குறித்தும் காவல்துறையினர் வன்மம் குறித்தும் கற்பனை பண்ணிக்கூட பார்த்திருக்க மாட்டார். இந்தி எதிர்ப்பு போராட்டத்தின் போதுகூட மலபார்காவலர்கள் இவரது கடைக்குள் புகுந்து பத்திரிக்கைகளையும் புத்தகங்களையும் எடுத்துக் கொண்டு எச்சரித்து விட்டு சென்றார்களே தவிர. கைது பண்ணவோ, அடிக்கவோ இல்லை.!

காவல் நிலையத்துக்கு ஐநூறடி முன்னே மரநிழலில் வண்டியை நிறுத்தச் சொல்லி நேர்முக அலுவலரிடம் காவல் நிலையத்துக்கு தொலைப்பேசி செய்து சம்பந்தப்பட்ட காவலதிகாரியிடம் இந்த வழக்கு தொடர்பாக துணையாட்சியர் பேச விரும்புவதாக சொல்லச் சொன்னேன.

சார்பு ஆய்வாளர் தொடர்பில் வந்தார். துணையாட்சியர் என்றதும் பவ்வியமாகப் பேசினார்.

“சார், குற்றம் சாட்டப்பட்ட பைய்யன் எனக்கு வேண்டிய குடும்பத்துப் பையன். அவர்கள் ஒரு காலத்தில் இந்த ஊரின் முகத்தையே மாற்றியவர்கள். இன்று அந்தப் பையன் சலூன்கடை வைத்திருக்கிறான் என்பதற்காக எளியவர்களாக இருப்பவர்கள் எல்லாம் குற்றவாளிகள் என்று முடிவு செய்துவிட முடியாது. அந்த வழக்கு தொடர்பான விவரங்களை எனக்கு வேண்டியவர்கள் மூலம் விசாரித்து தெரிந்து கொண்டேன்.. அவன் மீது வழக்கு பதியாத நிலையில் எனது பொறுப்பில் அவனை வெளியில் விடுங்கள். எனது நேர்முக அலுவலரை அனுப்பி வைக்கிறேன். ”எதிர் முனையில் சிலநொடிகள் மௌனம் காத்த சார்பு ஆய்வாளர்,” சாரி சார், இந்த கேஸை இன்ஸ்பெக்டர் தான் டீல் பண்றாரு, அதனால நான் எந்த முடிவும் எடுக்க முடியாது.. டெபுடி கலக்டர் பேசினாருன்னு இன்ஸ்பெக்டரிடம் சொல்லுகிறேன். இப்போ இன்ஸ்பெக்டர் ஒரு கேஸ் விஷயமா வெளியே போயிருக்கிறார், வந்ததும் நீங்க பேசிய விவரம் சொல்லுகிறேன்.” என்று தொடர்பை முறித்தார்.

வேம்பும், புங்கையும் பரப்பிய நிழல் வெயில் தகிப்புக்கு இதமாக இருந்தது. கொதித்து பெருமூச்சு விட்டிருக்கும் பழனிச்சாமி குடும்பத்தார் மனம் குளிரச் செய்யவேண்டும்.

காவல் நிலையத்துக்கு ஆள்விட்டு பழனிச்சாமி குடும்பத்தாரை வரவழைத்தேன். பழனிச்சாமி என்னை பார்த்ததும் அழாமல் தவிர்க்க உதடுகளை இறுக மூடிக்கொண்டு நெஞ்சு குலுங்கினார். கண்ணீர் நீரோடையாய் பெருக்கெடுத்தது. பழனிச்சாமி குரல் தழுதழுக்க சொன்னார்.” தம்பி, இன்னைக்கு காலையிலே எம்பேத்தியா, உள்ளே இருக்கிற மகனுக்கு நாலு இட்லியை வாங்கிட்டுப் போய் கொடுக்கப் போயிருக்கா; அங்கிருந்த போலீஸ்காரர் ஒருத்தர் வாம்மா களவானியை பெத்த களவானி, உம்மவன் களவாண்டு குடுத்த காசில மகன் உடம்பை தேத்தவந்தியான்னு மானாங்கண்ணியா பேசிட்டான்;. பேத்தியா நாண்டுக்கப் போறேன்னு குமுறி குமுறி அழுகிறா... நீங்கதான் எங்க குடும்பத்தைக் காப்பத்தணும் “என்று கண்ணீர் விட்டார்.

அவரது மகளும் பேத்தியும் விம்மி விசும்பினர்.. மனதை பிசைந்தது..பொது இடத்தில இப்படி அழக்கூடாது. இந்த கேஸ்

விசயமா எல்லா விவரத்தையும் விசாரித்து தெரிந்து கொண்டேன். நான் இருக்கிறேன். கவலைப் படாதீங்க என்று அவரது தோளைத் தொட்டு ஆறுதல் சொன்னேன். அருகில் இருக்கும் உணவகத்துக்கு அழைத்துச் சென்று வற்புறுத்தி சாப்பிடச் சொன்னேன் "நீங்கள் போங்க, பையனை எந்த சிக்கலும் இல்லாமல் வெளியே கொண்டுவருவது என் பொறுப்பு. கவலையில்லாமல் போங்க."

அவர்கள் தயங்கி என்னைத் திரும்பி திரும்பி பார்த்தபடி நகர்ந்தனர். அவர்களது பார்வை இதயத்தை வறுத்தது. நேர்முக அலுவலரிடம் காவல் ஆய்வாளரைத் தொடர்பு கொள்ளச் சொன்னேன். அழைப்பு மணி ஒலித்துக் கொண்டிருந்தது. அவர் தொடர்புக்கு வரவில்லை. அரைமணி கழித்து மீண்டும் தொடர்பு கொண்ட போதும் ஆய்வாளர் பேசவில்லை. அலுவலகத்தில் பணியில் கவனம் ஓர்மைப் படவில்லை. ஆய்வாளருக்கும் அந்த அரசியல் பிரமுகருக்கும் உள்ள நெருக்கத்தில் ஆய்வாளர் பேசுவதை தவிர்க்கிறாரா? உண்மையிலே பணி நெருக்கடியில் உள்ளாரா....? நானே மதிய உணவு வேளையில் எனது சொந்தப் போனிலிருந்து பேசினேன். ஆய்வாளர் தொடர்பில் வந்தார்.

"பழனிக்குமார் மீது எந்த வழக்கும் பதியாத நிலையில் அவனை காவல் நிலையத்தில் வைத்து ஏன் சித்திரவதை படுத்துகிறீர்கள்" என்று கேட்டதற்கு ஒரு சில வினாடிகள் கழித்து "அவன் இதுபோல திருட்டு செல்களை வித்தது குறித்து வேற ஸ்டேசன்களில் வழக்குகள் இருக்கா என்று விசாரிக்கச் சொல்லி இருக்கேன்; தகவல்கள் வந்ததும் அவனை விடுவது பற்றி முடிவெடுக்கலாம் . இதுதான் எங்க நடைமுறை.". என்றார். "இதுவரைக்கும் கண்டுபிடிக்க முடியாத திருட்டு வழக்குகளை எல்லாம் ஒரு அப்பாவி தலையில் சுமத்த திட்டமிட்டு, அவனையும் அந்த குடும்பத்தையும் வதை பன்னுகிறீர்களா... நான் பொறுப்பேற்றுக் கொள்கிறேன். இன்னும் ஒருமணி நேரத்தில அவனை வெளியே விடவில்லை என்றால் இது தொடர்பாக நான் காவல்துறை இயக்குனர் வரை செல்லத் தயங்க மாட்டேன்" என்று சொல்லி இணைப்பைத் துண்டித்து விட்டேன்.

டிசம்பர் ..2018 கணையாழி

சுட்ட தங்கம்

'சென்னை சர்வதேச விமான நிலையம் வரவேற்கிறது 'என்ற தகவல் பலகை கண்சிமிட்டி ஒளிர்ந்தது. துபையிலிருந்து வந்த விமானத்தில் இறங்கியவர்கள் தம் சாமான்கள் வந்து இறங்கும் பகுதி நோக்கி நகர்ந்தனர். இவன் இடது தோளில் கைப்பையை யும் வலப்பக்கம் இரண்டு வயது மகளையும் தூக்கி இருந்தான். இவனது மனைவி வலக்கையில் கைப்பையையும், இடது கையில் ஒருவயது மகனையும் தூக்கி நெஞ்சில் அணைத் திருந்தாள். இவர்கள் சிறிது நேரம் நின்று வேகமாகக் கடந்து போவோருக்கு வழி விட்டனர். நெரிசல் குறைந்ததும் பொருள் எடுக்கும் பகுதிக்கு நகர்ந்தனர். இவர்கள் நெருங்கவும் சாமான் பொதி வரவும் இவன் குழந்தையை இறக்கிவிட்டு பொதியை எடுத்து இழுத்துக்கொண்டே மகளை மீண்டும் தூக்கிகொண்டு நகர்ந்தான். மனைவி இவனை பார்த்து சைகை செய்யவும், இவன் பொதியை அருகில் உட்காரும் இடத்தில் நிறுத்தி வைத்துவிட்டு, மகளை இருக்கையில் உட்கார வைத்துவிட்டு, மகனை வாங்கி மடியில் வைத்தவாறு அமர்ந்தான். மனைவி கழிவறை நோக்கி நடந்தாள்.. மகளும் வருவதாக அழவே, அவளையும் தூக்கிக் கொண்டு விரைந்தாள். போனவர்கள் வரவும், மகனைக் கொடுத்துவிட்டு இவன் போய் வந்தான்.

விமானநிலையம் பகலில் ஒளிரும் இரவாக வெளிச்சத்தில் ஜொலித்தது. வெப்பமில்லா பகலா, இரவா என்ற மயக்கம்! தின்பண்ட கங்களும், மதுபான அங்காடிகளும் சுங்கத்தீர்வை விலக் கங்காடிகள் என பச்சை நிறத்தில் சிமிட்டின. வெளியேறும் இடத்து பரிசோதனைக்காக நீண்ட வரிசை நின்றது. சிலரை முக்கிய பிரமுகர்கள் என்று தனியே செல்ல ஆள்கள் வந்து அழைத்துச் சென்றனர். இவர்கள் எரிச்சல் பெருமூச்சு விட்டபடி வரிசையில் நின்றனர். பெண்குழந்தை சுற்றிலும் ஒளிரும் விளக்குகளைப் பார்த்து கண்ணயர்ந்தது. மகனும் அம்மாவின் மடியில் உறங்கினான். இருக்கையில் உட்கார்ந்தபடியே இவர்களும் நகர்ந்தனர். சோதனை மேடை வந்தது. இவர்களது சாமான் பொதி கதிர்வீச்சு சோதனையில் ஏதுமில்லை. நிம்மதியை சுவாசித்தனர்.

ஆனால் தங்க நகைகள் சோதித்து எடைபோடப் பட்டன. வளையல்கள் நான்கு மட்டும் எண்பது கிராம்கள் இருந்தன. இவள் அணிந்திருந்த தாலிச்சங்கிலியைக் கழற்றச்சொன்னார்கள். இவர்கள் மறுத்தார்கள். இவர்களை சுங்க அலுவலரிடம் அழைத்துச்சென்றனர்.

அங்கே இவர்களுக்கு முன்னால் பத்துபேர் காத்திரு ந்தனர். யானை போறதை விட்டுருவாங்க.பூனையைப் பிடிச்சு வச்சு தண்டம் போட்டு பரபரப்பு பண்ணுவாங்க என்று முன்னால் நின்றவர்கள் புலம்பிக்கொண்டிருந்தனர். தாலியக் கழட்டி எடைபோடச் சொல்லுறாங்களே இவங்க இந்தியன்களா ...என்று இவர்கள் கொதித்துக் கொண்டிருந்தனர். சுங்க அதிகாரி பெண் போல!. காதல் மணமோ என்னவோ தென்னிந்திய பெண்பெயரும் வட இந்திய ஆண்பெயரும் இணைந்திருந்தது. இவன் நினைத்தான் ஆணாக இருந்தால் எப்படியும் சமாளித்து விடலாம். பெண் புரியாமல் சட்டத்தை மட்டுமே பேசுவாள். மனைவி நினைத்தாள் பெண்தானே குழந்தைகளைக் காட்டி இணக்கமாகப் பேசினால் புரிந்து கொள்வாள். சமாளித்து விடலாம்.!

சுங்க அலுவலர் தன் முன்னுள்ள காமிரா திரையில் பார்த்தார். அவருக்கு அதிர்ச்சியாக இருந்தது. இவன் எங்கே, இங்கு வந்துள்ளான்? கையில் குழந்தையுடன் கணவனும் மனைவியாக வந்துள்ளான். இவர்களை உறுதிப்படுத்திக் கொள்ள தனது மேஜையில் வைக்கப்பட்ட கடவுசீட்டுகளைத் தேடி இவர்களது ஆவணங்களை சரிபார்த்தார். இவனேதான் அவன்.! தனது வாழ்வை சிதைத்தவனை பழி தீர்க்க காலம் தனது காலடியிலேயே இவனைக் கொண்டு சேர்த்துவிட்டது. கடந்த நொடிவரை இயல்பாக சிரித்த முகத்தோடு பணியாற்றியவள் மின்னலால் தாக்குண்டவள் போல் முகம் கருத்து உடல்தளர்ந்தாள். அவளால் நிலைகொண்டு உட்கார்ந் திருக்க முடியவில்லை. இவர்களுக்கு முந்தைய இருவரு க்கும் சுங்கத் தீர்வை விவரம் குறித்து வசூலிக்க உதவியாளரிடம் உத்தரவிட்டு எழுந்து ஓய்வறைக்கு விரைந்தாள். அந்த கணப் போதில் இவன் அவளைப் பார்த்துவிட்டான். இவனுக்கு இடியும், மின்னலும் தலையில் இறங்கியதுபோல் தலை மீது கைவைத்தபடி முனங்கினான். அவள் எப்படி இங்கு வந்தாள்? ஐயோ அவளாயிருந்தால் இன்றைக்கு தம்மை அவமானப்படுத்தி பழிதீர்த்து விடுவாளே..! ஐயோ, நான் என்ன செய்தேன்? ஒரு

குடிகாரி மனைவியாக வருவதை எந்த இந்திய இளைஞன் ஏற்றுக்கொள்வான்? செய்த நிச்சயதார்த்ததை இரத்து செய்ய வைத்தேன்! இதே சூழலில் அவள் ஆணாக இருந்து ,நான் குடிகாரப் பெண்ணாக இருந்திருந்தால் நான் செய்தது தானே அவளும் செய்திருப்பாள்? அடக் கடவுளே, மனைவி முன்னால் அவமானப்படுத்தப் போகிறாளே, நான் என்ன செய்வேன்? நம்மை காக்கவைத்து பழிவாங்கவேண்டும் என்ற நோக்கத்தோடுதானே அவள் எழுந்து உள்ளே சென்று விட்டாள்.... என்று மனதுக்குள்ளே குமைந்தான். நெளிந்தான். தன் மனைவி தங்கச்சிக்குன்னு கூடுதலாக இருபதுகிராம் தங்கத்தைக் கொண்டு வராதிருந்தால் எந்தப் பிரச்சினையும் இல்லை. இங்கே என்னடான்னா தாலிச்சங்கிலியையும் கணக்கில் கொண்டு வருகிறானே ,அப்படி என்றால் நாப்பது கிராமுக்கு சுங்கத் தீர்வைக் கட்டவேண்டுமா...? சுங்கத்தீர்வை கட்டறதுக்கு பதிலா இந்தியாவிலேயே தங்கம் வாங்கி இருக்கலாமே? இந்த அவஸ்தை பட்டு ஒருகுடிகாரி முன் தலைகுனிந்து நிற்கனுமா? நிம்மதி இல்லாமல் பெருமூச்சு விட்டான்.

உள்ளே ... மிக்சியில் அரைபடும் பழம் போல் அவள் மனது அமைதியிழந்து உழன்றது. ஒரு டிசம்பர் ஞாயிறன்று அவளுக்கும் இவனுக்கும் நிச்சயதார்த்தம் மதுரையில் அவள்வீட்டில் நடந்தது. கல்யாணம் ஜனவரி இருபதில் கோவையில் இவன் வீட்டில் வைத்துக் கொள்வதென்று உறுதி செய்யப்பட்டது. இவன் சென்னையிலும், அவள் பெங்களூரிலும் ஒரே நிறுவனத்தில் மென்பொறியர்களாக பணியாற்றினார்கள்.தனது திருமணம் உறுதி செய்யபட்ட மைக்கு அவளுடன் பணியாற்றும் சக நண்பர்கள் விரும்பியதால் அவ்வார சனியன்று ஒரு விருந்து கொடுத்தாள். அதில் விரும்பிய நண்பர்களுக்கு பீர்விருந்து தரப்பட்டது. அந்நேரம் சென்னையிலிருந்து இவன் அவளுக்கு கைபேசியில் தொடர்பு கொண்டிருக்கிறான். தொடர்பு கிட்டவில்லை. மறுநாள் ஞாயிறன்று இவன் மீண்டும் தொடர்புகொண்டபோது எதிர்கால இணையர்கள் பலவிசய ங்களை அளவளாவியபடி முந்தய நாள் அவள் நண்பர்களுக்கு விருந்து கொடுத்தது பற்றி சொன்னாள். விருந்தில் விரும்பியவர்கள் பீர் குடித்தார்கள் என்று சொன்னாள். அடுத்த நொடி இவன் தொடர்பை துண்டித்து விட்டான். அவள் பதறி, பதைபதைத்து மீண்டும்மீண்டும் தொடர்பு கொண்டாள்.

இவனது கைபேசி இணைப்பு துண்டிக்கப்பட்டே இருந்தது. அவள் சென்னை கிளை நண்பர்கள் மூலமும் இவனைத் தொடர்பு கொள்ளமுயன்றாள். முடியவில்லை. அன்று மாலை நான்குமணி அளவில் அவளை உடனே மதுரை கிளம்பி வருமாறு அப்பா கட்டளை. அவள் விளங்காமல் வெள்ளந்தியாகவே போய்ச் சேர்ந்தாள். வீடு அசாதாரண அமைதியில் இருந்தது. யாரும் அந்த அதிகாலையில் முகம் கொடுத்து பேசவில்லை. அவள் பயணக்களைப்பில் உறங்கி விட்டாள்.காலை பத்துமணி வாக்கில் அவள் வீட்டில் இவனது பெற்றோரும்,உறவினரும் உணர்சிகரமாக பேசுவதும், அவளது அம்மாவின் அழுகுரலும் கேட்டது. அவள் எழுந்து முகம் கழுவி கதவோரம் எட்டிப் பார்த்தாள். பேச்செல்லாம் அவளது திருமண நிச்சயதார்த்தம் ரத்து செய்வது குறித்து அழுகையும் ஆவேசமாக இருந்தது. அவள் ஓரளவு ஊகித்துக் கொண்டு அவளே போய் என்ன விவரம் என்று கேட்டாள். அவளது முடியை பிடித்து இழுத்துப் போய் அவளைக் காண்பித்து “நல்லா பாருங்கண்ணே, இவள் முகம் பார்த்து சொல்லுங்கண்ணே,இவளா குடிக்கிறவ... இப்படி சொல்றவங்க நாக்கு அழுகிப்போகும்.நாங்க ஒன்னும் எங்க பிள்ளையை அப்படி வளர்க்கல.!..’என்று சொல்லி தலையில் அடித்து அழுதாள். மாப்பிளையின் அப்பா “என்ன நடந்தது என்று நீயே சொல்லுமா..” என்றார். அவளது அப்பாவும் என்ன நடந்தது என்று சொல்லச் சொன்னார்.

“சனிக்கிழமையன்று எனது அலுவலக நண்பர்கள் கல்யாண நிச்சயதார்த்தம் நடந்ததற்காக விருந்து கேட்டார்கள். நான் ஹோட்டலுக்கு அழைத்துச் சென்று அவரரவர் விரும்பியதை சாப்பிடச் சொன்னேன். என்போன்றோர் குளிர்பானம் சாப்பிட்டோம். சில ஆண் நண்பர்கள் பீர்குடித்தனர்.ஞாயிறன்று காலை மாபிள்ளை யோடு பேசும் போது பலவிசயங்கள் பேசினோம். அப்போது முன்தினம் நான் கொடுத்த விருந்தில்நண்பர்கள் அவரவர் விருப் பத்துக்கு என்னென்ன சாபிட்டர்கள் என்று சொல்லிக்கொண்டு இருக்கும் போதே அவர் போனை துண்டித்து விட்டார். அதற்குப்பின் நான் பலமுறை தொடர்புகொண்டும் அவர் செல் அணைத்து வைக்கப் பட்டதாகவே. தகவல் வந்தது. சென்னையில் உள்ள அவரது கிளை நண்பர்கள் மூலம் தொடர்பு கொண்டபோதும் அவர் கிடைக்கவில்லை. இதுதான் நடந்தது.”

அப்பா பேசினார் "கேட்டீங்கிலா மச்சான்,உங்க பையன் அரை குறையாக கேட்டுட்டு பேசுறதை நம்பி நிச்சயதார்த்தத்தை ரத்து செய்யுங்கிறது, என்னநியாயம் ? "

தாய் மாமா குறுக்கிட்டார். "சரி, அண்ணே இது பனைமரத்துக்கு கீழே இருந்து பால் சாப்பிட்ட கதை மாதிரி தான்!. இந்த பிள்ளையை என் தங்கச்சியும், மச்சானும் கட்டுபாடோட வளர்த்தாங்க. வளர்ப்பிலும் கெட்டிக்காரத்தனதிலும் குறையில்லை.

உங்க பைய்யன்கிட்டசொல்லுங்க. பொண்ணை யும், பையனையும் சந்திச்சு பேசவைப்போம். நாம பெரியவங்க அவசரப்பட்டு எந்த முடிவையும் எடுக்க வேணாம். நீங்களும் கவர்மென்ட் சர்வீசில் இருந்திருக்கீங்க. உங்களுக்கு இன்னொருத்தர் சொல்லி தெரிய வேண்டியதில்ல.!"

மாப்பிளையின் அப்பா ஓரளவு சம்மதப் பட்டவர்போல் தான் இருந்தார்.தாய் மாமா வற்புறுத்தலுக்கு இணங்க அவர் தனது மகனுடன் பேசினார். பையன் திரும்பத் திரும்ப குடிகாரப் பெண் எனக்கு வேண்டாம். இந்தப் பெண்ணைக் கட்டிவைத்தாலும் வாழ மாட்டேனுட்டான்.

தாய்மாமா கேட்டார். "அப்போ பண்ணின நிச்சயத்தை நிறுத்தினா இந்தப் பொண்ணோட வாழ்க்கை என்ன ஆகிறது.?"

"நான் என்ன சொல்றது? இப்படிப்பட்ட பிள்ளையை பெத்ததற்கு நான் நொந்து சாகிரதைத் தவிர வேற வழியில்லை.!"

அம்மா ஆவேசமா குறுக்கிட்டா ,"அப்போ அண்ணே .உங்க பிள்ளையால வாழ்க்கை இழந்த நாங்க சாகனுமா? என்ன நியாயம்?"

பதில் சொல்லமுடியாமல் மாப்பிளையின் அப்பா எழுந்தார்.

மாமா சமாதானப்படுத்தி வருகிறோம் என்று போனவர்தான். வரவில்லை. அவர்கள் போனதும், என்னடி நடந்துச்சு? நீ குடிச்சியாடி, என்று அம்மா ஆவேசமாய் அடித்தது. அப்பா தடுத்தார்.. அடி பொறுக்காமல் அவளும் ஆவேசமாய்; "அம்மா என்னை நம்புமா. நான் குடிக்கலைம்ம! நீ அப்பாவுக்கு என்னை பெத்தது எவ்வளவு உண்மையோ, அந்தளவுக்கு நான் பீர் குடிக்கலைங்கிறதும் உண்மையம்மா !" என்று சொன்ன அவளை அம்மாவும் அப்பாவும் கட்டி அழுதார்கள். வீடு புயல்வீசி ஓய்ந்ததுபோல் சலனமற்று கிடந்தது. அவளை வேலைக்குப்போக அனுமதிக்கவில்லை.

அம்மாவுடன் பெங்களூர் சென்று, அந்த வேலையை மூன்று நாளுக்குள் முடித்துசம்பள கணக்கு நேர்செய்து திரும்பினார்கள். அவளதுவாழ்க்கை தங்களுக்கு பாடம் என்று சொல்லி தோழிகள்கண்ணீரோடு வழியனுப்பினர். குடும்பத்துக்காக பொம்பளைப் பிள்ளைகள்இப்படி நாடுவிட்டு நாடு வந்து இராப்பகலாக கருமாயப் படுகிறார்களே என்று அம்மா கண் கலங்கினாள் மாப்பிள்ளை வீட்டிலிருந்து எந்த தகவலையும் பெறமுடியவில்லை "என்னை நம்பாத,சந்தேகம் கொண்ட மாப்பிளை வேண்டாம்.அவன் வந்தாலும், நான் சம்மதிக்க மாட்டேன்! சந்தேகப் பிராணியோடு வாழமுடியாது."என்றழுதாள். நடந்த விவரம் கேள்விப்பட்டு வந்து விசாரிக்கும் சொந்தம் என்னும் மனம்கொத்திப் பறவைகளின் கொத்தலில் உணர்ச்சி வசப்பட்ட அப்பா பக்கவாதத்தால் பாதிக்கப்பட்டார். அவரை மூன்று மாதம் மருத்துவமனையில் வைத்து மீட்டு எடுப்பதில் பெரும்பாடு பட்டாள்.. இந்த சமயத்தில்தான் அப்பாவின் மரியாதை காப்பாற் றப்பட வேண் டும் என்று சிவில் சர்விஸ் தேர்வுகளுக்கு வீட்டில்இருந்தபடியே எழுதினாள். ஐ.ஏ.எஸ்.ரேங்கிடைக்கவில்லை. ஐ.ஆர்.எஸ். மட்டுமேகிடைத்தது. ஒருநாள்பத்திரிகை செய்திகளிலும், மின்னூடகங்களிலும் வந்த அவளது குடும்ப படங்களில் அவளது குடும்பம் மீண்டெழுந்தது. மனங்கொத்திகள் புகழ் பாடும் கிளிகளாயினர்.. இப்போது யாரை எவ்வளவு நம்புவது;எந்த இடத்தில் வைப்பதுஎன்ற ஞானம் வந்தது.பயிற்சி முடிந்ததும் சென்னை விமான நிலையத்தில் சுங்கத்தீர்வை அலுவலராக பணி ஆற்றுகிறாள் .

எதோ கசப்பு மருந்தை விழுங்கியது போல் பெரு மூச்சுவிட்டு மணி பார்த்தாள் , கால் மணி நேரத்தைக் கடந்திருந்தது.இவன் இந்த மனைவியையாவது நம்பி ,நல்லா வைத்து கொள்கிறானா...சரி, இவன் வாழ்க்கைபற்றி நமக்கு எதற்கு கவலை?பாவம் ,அந்த குழந்தைகள்பசியோடு இருப்பார்கள். வெளியே வந்து இருக்கையில் அமர்ந்தாள் .உதவியாளரிடம் பேசினாள். இவர்களை வரச் சொன்னாள்.கைகுழந்தையோடு வந்தவர்கள் வணங்கினர். அவளும் பதில் வணக்கம் சொல்லி உட்காரச் சொன்னாள். இவனது முகம் பேதி மருந்து குடித்தது போலிருந்தது.இவர்களிருவரும் துபையில் ஒரு நிறுவனத்தில் வேலைசெய்வதாக ஆவணங்களிலிருந்து அறிந்து கொண்டாள்

இந்த தாலிச்செயின் புதியதா என்று கேட்டாள். "கல்யாணம் ஆனதிலிருந்து நாலு வருசமா இதைத் தான் போட்டுகிட்டி ருக்கேன்". என்றாள் இவள்.

அவள் இவளது முகத்தை ஊடுருவிப் பார்த்தாள். தான் முன்பிருந் ததைவிட இவள் அப்பாவியாகத் தெரிந்தாள்.. "சரி, விமானத்தில் பயணம் பண்ணும்போது சுங்கத்துறை விதிகளை நல்லா தெரிஞ்சிக்கணும்.. தங்கம் என்றால் உடம்பில் அணிந்துள்ள நகை எல்லாம் தங்கம் தான். நீங்கள் இங்கிருந்து அணிந்துகொண்டு போன தாலிச் செயின் என்று நம்புகிறேன். ஒருவரையொருவர் நம்பி நடந்துகொள்வதில்தான் வாழ்க்கை இயங்குகிறது. பெண்ணுக்கு நாற்பது கிராம் தங்கம்; ஆணுக்கு இருபது கிராம்; இரு குழந்தைகளுக்கு தலா பத்து கிராம் தங்கம் என்ற வகையில் உங்களை வெளியே அனுப்புகின்றேன். இனி உடலில் அணியும் நகை எடையையும் கணக்கில் கொண்டு நடந்துக்குங்க! " இவன் தலை தொங்கியிருந்தது.

உதவியாளர் ஒரு சிறிய பார்சலைக் கொண்டு வந்தார். அதை வாங்கி அவள் அந்த பெண் குழந்தையிடம் கொடுத்து கன்னத்தைக் கிள்ளி பெயர் என்னவென்று கேட்டாள் இவர்களது கடவுசீட்டு முதலான ஆவணங்களை தந்தாள். இவர்கள் வணங்கி நன்றி கூறும்போது இவன் பார்வை தரைநோக்கி இருந்தது. போகும்போது இவனது ஓரப்பார்வை அவளை நோக்கியது. அவள் கம்பீரமாக நிமிர்ந்து புன்னகைத்தாள்.

காமதேனு, டிசம்பர். 2018

தொப்புள்கொடி உறவு

"அம்மா, நிலோபர் ஆண்ட்டி போன்." என்றுஆறுவயது மகள் இந்து குரல் கொடுத்தாள்.

பாத்ரூமில் இருக்கேன்,. இதோ வந்திர்றேன். என்று குரல் கொடுத்தாள் கனகா. இணைப்பு துண்டிக்கப் பட்டுவிட்டது ; சத்தம் இல்லை. பிறந்த வீட்டிலிருந்தோ, பிறந்த ஊரிலிருந்தோ, போனோ, தகவலோ வந்தால் உள்ளத்திலும் உடலிலும் ஏற்படும் உற்சாகமே தனிதான்.

கரிம்நகரில் கனகா நிலோபருடன் முதல் வகுப்பிலிருந்து கல்லூரியில் இளநிலை கணிதவியல் வரை ஒன்றாகவே படித்தாள்.. இருவருக்குமிடையே எந்த ரகசியமும் இல்லை. யஸ்வந்த்குமாரை இவள் காதலித்ததும், பெற்றோரிடம் சொல்லத் தவித்தபோது, உதவியும் பழங்குடி பையனை காதலிப்பதற்கு பெற்றோர் மறுத்தபோதும் சமாதானம், சொல்லியும் பெற்றோரை மீறி கல்யாணம் செய்தபோது, இவளுக்கு முந்தியே மணமானவள் என்ற முறையில் ஆறுதலும், அறிவுரையும் சொன்னவள் நிலோபர் தான்!. அவளிடமிருந்து அழைப்பு வந்தால் எதாவது விசேசத் தகவல் இருக்கும்.!

கடந்த முறை அவள் பேசியபோது அம்மா இறந்த தகவல் சொன்னாள். அப்பாவும், தம்பியும் தகவல் சொல்லாதது, அம்மா இறந்ததைவிட, பெரும் பாதிப்பாக உணர்ந்தாள். அவனை மணந்தால் எங்கள் முகத்தில் விழிக்கக் கூடாது. என்று சொன்ன வார்த்தைகளை நிஜமாக்கப் பார்க்கிறார்களே? இதயத்தை பிடுங்கி எறிந்தது போல் உடலெங்கும் உதறல். மெல்ல நிதானப்படுத்திக் கொண்டு, கணவனையும், அழைத்துக் கொண்டு கைக்குழந்தையோடு கரீம்நகர் வந்தார்கள். உடலில் பதற்றம் பற்றிக் கொண்டது..

தன்னை மதித்து வந்த கணவனுக்கு எந்தவித அவமானமும் ஏற்பட்டுவிடக்கூடாது, அம்மாவின் முகத்தை அச்சுஅசலாக எதிரொளிக்கும் பேர்த்தி இந்துவை பார்த்தாவது அப்பா ஆறுதல்

அடைவார்.வங்கி அலுவலராக இருக்கும் மருமகனைப் பார்த்து,சமரசம் ஆகலாம்.எனினும் எந்தவிதமான அசம்பாவிதமும்கணவனுக்கு ஏற்பட்டுவிடக்கூடாது என்று நினைவுக்கு வந்த அத்தனைக் கடவுள்களையும் வேண்டிக் கொண்டாள்.வெளிச்சுவர் இரும்புக் கதவை திறக்கும் போதே தம்பி வெளியில் வந்துவிட்டான்.

மொட்டைத்தலையில் ஒருமாத முடி முளைத்திருந்தது.அவனை பார்த்ததும் அழுகை பீறிட்டது. அவன்,அவளைப் பார்த்து ,"யார் நீங்க? எதுக்கு இங்க வந்திங்க? ஓடிப்போய் அம்மாவைக் கொன்னது போதாதுன்னு,எங்க அப்பாவையும் கொல்ல வந்திட்டிங்களா?" என்று வார்த்தை சவுக்கால் சுழட்டினான்.

"டேய்,டேய்.என்னை பேசியே கொல்லாதடா,நாங்க அப்பாவைப் பார்த்து துக்கம் விசாரிச்சிட்டு போயிட்றோம்டா."

"வெட்கம் கெட்டு ஓடிப்போனவ துக்கம் தாங்காமத்தான் அம்மா மண்டையைப் போட்டுட்டா ; அழுது நாடகமாடி அப்பாவையும்கொல்லப் பார்க்கிறியா...?வெளியே போ "என்று உள்பக்கமாக வெளிக்கதவை பூட்டிவிட்டு உள்ளே போய்விட்டான். தெருவில் ஒருவயது குழந்தையோடு ,கணவனுடன் நின்றுஅழுது அவமானப் படவேண்டாம்.என்று திரும்பினாள்.இவள் குரல் கேட்டு பக்கத்து வீட்டு அத்தை வந்து .தன் வீட்டுக்குள் அழைத்துப் போனாள்.தம்பி ஐதராபாத் பல்கலைகழகத்தில் படித்துக் கொண்டிருந்தபோது, கொழுந்துவிட்டு எரிந்துகொண்டிருந்த தனித்தெலுங்கானா, மாநிலம் கோரி நடந்த போராட்டத்தில் கலந்து கொண்ட மாணவர்களை காவல்துறை வேட்டையாடியபோது ,புறநகரில் இருக்கும் அக்கா வீட்டை தேடிவந்தான்.காவல் துறையின் கவனத்தை தவிர்க்க கணவர்தான் தனது வங்கிஊழியர் ஒருவரின் கிராமத்து வீட்டில் ,அவனுக்கு வேண்டிய எல்லா வசதிகளையும் செய்யச் செய்து தங்கவைத்து காப்பாற்றினார்.

அந்த நன்றி உணர்ச்சியில்லாமல் அவரை தெருவில் நிறுத்தி அவமானப்படுத்திட்டானே. இவன் நம்ம அம்மா,அப்பா பெற்ற பிள்ளைதானா என்ற ஆவேசம் இவளுக்கேவந்தது; தன்னை கட்டுப்படுதி கொண்டாள். எனினும் கணவர் இதையெல்லாம் கண்டுகொள்ளாமல் பொறுமையாக, இருந்தாரே இவளுக்கு பெருமையாகவும் ஆறுதலாகவும் இருந்தது.

உடலில் சக்கரை அளவு ஏற்ற இறக்கத்தாலும் குறைந்த ,இரத்த அழுத்தாலுமேஅம்மா இறந்ததாக பக்கத்துவீட்டு அத்தை சொன்னார்.அம்மா இறந்து முப்பது நாளுக்கு மேலாகி விட்டதாம். அம்மா இறப்பதற்குமுன்னதாக ,நிலோபர் கொடுத்த இவளது வீட்டு தொலைபேசிக்கு பகலில் ,தம்பியும்,தம்பி மனைவியும் இல்லாத நேரத்தில்அத்தை வீட்டு தொலைப்பேசி மூலமாக அம்மா பேச முயன்றிருக்கிறாள். மூன்று நாள்கள் முயன்றும் வீட்டில் இவளும்,கணவனும் வேலைக்கு போனதால் பேசமுடியவில்லை. அம்மா கண்ணீர் பெருக்கினாளாம்.. மருமகன் வங்கி அலுவலராகவும்,மகள் பள்ளிஆசிரியராகவும். இருப்பது பற்றியும்,பேத்தி பிறந்தது பற்றியும் அம்மா ஆனந்தக்கண்ணீர் பொங்கப் பேசினாளாம் .அத்தை சொன்னார்.பக்கத்துக்கு வீட்டு அத்தை கூறிய தகவலும்.

கொடுத்த காபியும் இதமாக இருந்தது.தம்பி மனைவி வீட்டுக்குள் யாரையும் அண்டவிடுவதில்லையாம் .அம்மாவும்,அப்பாவும் ,மகனும் ,மருமகளும் இல்லாத நேரத்தில் தான் வெளியே தலை காட்டுவார்களாம்.தம்பி வீட்டை சுற்றி அகழி வெட்டி ,அதில் மனைவி என்னும் முதலையை நீந்தவிட்டு விட்டானோ... இவளுக்கு ஆவேசம் பொங்கியது.அவரகளோடு சண்டை போடுவதை விட , ஒதுங்கிப் போவதுதான் தனது கணவனுக்கு இவள் பெற்று தரும் மரியாதை.!அன்று திரும்பி வந்து விட்டார்கள்.

இன்று நிலோபர் பேசுகிறாள்.என்ன தகவலை சொல்லப் போகிறாளோ .. தவிப்பும்,தகிப்பும் பல்வேறு எண்ணங்களைக் கிளப்ப,கழிவறையிலிருந்து வெளியே வந்தாள்.அடுப்படி வேலைகளை ஒழுங்கு செய்துவிட்டு.கைப்பேசியை இயக்கினாள். நிலோபர் தொடர்புக்கு வந்தாள்.அவளது மகள் மெஹ்ருநிஷா பூப்படைந்து விட்டாளாம்.

இன்றைய பொருளாதாரநிலையில் தனியே ஏதும் விழா ஏற்பாடு செய்யவில்லை. எங்கள் வீட்டளவில் முடித்துக் கொள்கிறோம். உனக்கு நேரம் வாய்க்கும்போது வா; என்றவள்,உங்க அப்பா இறந்து விட்டாராம்.இன்று காலையில் மெஹ்ருநிஷா விசயமா நாத்தானார் வீட்டுக்கு தகவல் சொல்ல போனபோது, போக்குவரத்து சிக்னலுக்கு காத்திருந்தோம்.இடப்புறம் உன் தம்பியும் காத்திருந்தான். மொட்டை தலையாக இருந்ததால் என்ன விபரம் என்று

கேட்டபோது ,அப்பா இறந்துவிட்டார் என்றான். விவரம் கேட்பதற்குள் சிக்னல் வழிவிட அவரவர் வண்டியைக் கிளப்ப வேண்டியதாயிற்று. அவன் இந்த சாக்கில் பறந்து விட்டான். நிலோபரின் தகவல், இவள் தலையில் இடிவிழுந்த மாதிரி இருந்தது. இவள் தொற்றுவதிற்கிருந்த அப்பா என்ற கிளையும் முறிந்து விட்டது. மனதை தேற்றி கொண்டு , அடுத்த ஞாயிற்றுகிழமை . மருமகளை வாழ்த்த வருகிறேன் என்று இணைப்பைத்துண்டித்தாள்.

கனகாவும் ,மகள் இந்துமதியும் கரிம்நகரில் நிலோபர் வீட்டுக்கு காலை பத்துமணிக்கு சென்றனர். மெஹ்ருநிஷவுக்கு வாங்கி வந்த சுடிதாரை அணிவித்து வாழ்த்தினர். நிலோபர் வீட்டில் மதிய உணவுண்ட ,தோழிகள் இருவரும் பால்யநினைவுள் குதித்து நீந்தி அளவளாவினர். மெஹ்ருநிசாவும் இந்துவும் அவர்களது படிப்பு,சினிமா என்று பேசி அடுத்த தலைமுறை நட்பை பதியம் போட்டனர். இந்து ராக்கியை நினைவூட்டினாள்;

நிலோபரின் வீட்டுக்கு வரும் வழியில் ரக்சபந்தன்கயறுகளோடு எல்லோரும் போவதைப் பார்த்து கனகா சிலிர்த்துப் போனாள். ராக்கி கயறுகள் வாங்கி வந்தாள். கைப்பயிலிருந்தராக்கி கயறெடுத்து, நிலோபரின் கணவன் நாசருக்கு கனகா ராக்கி கட்டினாள். அந்திப்பொழுதில் செம்மேகமும். கருமேகமும் கலந்து நிறமயக்கத்தை ஏற்படுத்துவது போல் கனகாவின்முகம் பாசமயக்கதில் மருகியது. இந்து நிலோபருக்கும் ,மெஹ்ருநிஷவுக்கும் ராக்கி கட்டிவிட்டாள்.

சற்று ஓய்விக்குப் பின் கனகா மகளுடன்,நிலோபர் குடும்பத்தினரிடம் விடைபெற்றாள்.. கனகா தயங்கி, தயங்கி , அடுத்த தெருவிலிருக்கும் தாய்வீட்டிற்கு, மகளை

அழைத்துச் சென்றாள். வெளிவாயில் இரும்புகதவை திறந்து உள்ளே போனார்கள். நாய் ஒன்று மூச்சுவிடாமல் குரைத்தது .அதை லட்சியப்படுத்தாமல் உள்ளேபோய் முன்வாயில் கதவை கனகாதள்ள இரட்டைகதவு விரியவும், மொட்டைத்தலையோடு தம்பி வரவும் ஒத்திசைவாய் இருந்தது. அவன் அதிர்ந்து நின்றான். இவள் மடமடவென்று துயரம் கவிந்த அறைக்குள்ளே சென்று பூ போடப்பட்ட அம்மா, அப்பா படங்கள் முன்னே குனிந்து அழுதாள், என்ன நடக்கிறதென்று அறியாத இந்துவின்முகம் கலங்கி

கண்ணீர் திரண்டிருந்தது. தம்பி உறைந்து தலை குனிந்திருந்தான். மிகையான ஒப்பனையில் மனைவி முறைத்து நின்றாள்.

" ஏப்பா, அப்பா செத்த செய்தி சொல்லக் கூடாதா? நான் அந்த அளவுக்கு செய்யக் கூடாத தப்பையா செஞ்சிட்டேன்? போலிஸ் உன்னை விரட்டும்போது அக்கா,அக்காபுருசன்நினைப்பு வந்தது ;பெத்ததாய்,தகப்பன்செத்ததுக்கு அக்கா நினைப்பு வராதா? என்னடா மனுஷன் நீ?

நான் குடிச்ச எச்சிப்பாலை குடிச்சவன்; நான் தூக்கி வளர்ந்தவன்,இன்னைக்கி , அக்கான்னா உனக்கு பச்சநாவியா இருக்கா? நான் வந்து உன் சொத்தையா பங்கு கேட்ருவேன்? நாங்கயார்கிட்டையும் கையேந்திப் பிழைக்கிற அளவில் இல்லை. நீயும் உன் பொண்டாட்டியும் வந்தாக்கூட உக்காரவச்சு சோறு போடற அளவுக்கு வசதி இருக்கு.!"என்று வெடித்துக் குமுறினாள்.

பாசக் கேள்விகளின் வெக்கை தாங்காமல் ,அவனது மனைவி வீட்டுக்குள் ஓடி விட்டாள். இந்து மெல்லப்போய் ,கல்லாய் நிற்கும்அவனதுவலது கையைபிடித்து இழுத்து "நீங்க தான் வெங்கடேஷ் மாமாவா.."அவன் மூசுமூசு வென்று விம்மியபடி அவளை, இறுக அனைத்துக் கொண்டான். அவள் கேட்டாள் ,"என்னை மாதிரி அந்த போட்டோவில் இருப்பது லட்சுமி பாட்டியா..." அவன் அவளைத் தூக்கி முகத்தை உற்றுப் பார்த்து இரு கன்னங்களிலும் மாறி, மாறி, முத்தம் கொடுத்தான். அவள் திமிறி கீழே குதித்து ஓடி, அம்மாவின் பையை எடுத்தாள். கனகா ,அந்த பையை வாங்கி,அதிலிருந்து ராக்கி கயிறை எடுத்து,"நீ,அக்காவை நினைக்காவிட்டாலும்சரி,ஒருதாய் வயிற்றில் பிறந்த தொப்புள்கொடி உறவுக்காக கட்டுகிறேன்"என்று அவனது வலதுகையை இழுத்து கயிறை கட்டிவிட்டாள். மறுகணம் .மகளை இழுத்தக் கொண்டு கனகதுர்கா வாசலை நோக்கி விரைந்தாள்.

நிறை,காலாண்டிதழ் அக்- டிச

தொடுகை

மணி பதினொன்று ஆகிவிட்டது. மதுரை சந்திப்பிலிருந்து டேராடூனுக்கு பதினொன் னரைக்குப் புறப்படும் விரைவு வண்டி நடைமேடைக்கு இன்னும் வந்து சேரவில்லை. வண்டியில் உட்கார்ந்து விட்டால் பரபரப்பு இல்லாமல் படுக்கவோ, படிக்கவோ செய்யலாம். அறிவிப்பு பலகையில் மாற்றமில்லாமல் பழைய தகவலே ஒளிர்ந்து நகர்ந்தது.

நடைமேடை பெஞ்சில் அமர்ந்துகொண்டு மனைவி கைப்பேசியில் காதுஒலிப்பான் மூலம் சூப்பர் சிங்கரை கவனித்துக் கொண்டே இவரது முகத்தையும் கைகடிகாரத்தையும் மாறிமாறி பார்த்தார். பேரப்பிள்ளைகள் இருக்கும்போது செல்லைப் பார்க்க கூடாது; என்ற முடிவை தனக்கு சாதகமாக்கி எந்த நேரமும் செல்லை நோண்டிக் கொண்டி ருப்பவள், இவர் வண்டி பற்றி கவனிக்காமல் எதோ பராக்குப் பார்த்துக் கொண்டு இருப்பது போலல்லவா தன்னை ஏளனமாகப் பார்க்கிறாள் என்று சினம் மூக்கு முனையில் இருந்து உதட்டில் குதித்து சுடுசொற்களை உந்தித் தள்ளும் தருணம், அறிவிப்பு ஒலித்தது! "பதினோருமணி முப்பது நிமிடங்களுக்கு புறப்பட வேண் டிய டேரா டூன் விரைவு வண்டி, டேராடூனிலிருந்து வரும் அதன் இணைவண்டி இரண்டுமணிநேரம் தாமதமாக வந்து கொண்டிருப்பதால் இங்கிருந்து ஒருமணி முப்பது நிமிஷத் தில் இரண்டாவது நடைமேடையில் இருந்து புறப்படும். .பயணிகளின் சிரமத்திற்கு வருந்துகிறோம்." என்று மும்மொழிகளில் முழங்கிக் கொண்டிருந்தது.

இன்னும் இரண்டு மணிநேரம் காத்திருக்கணுமே எரிச்சலாக இருந்தது. எதிர் முனையிலிருந்து புறப்பட்ட இதற்கு இணை ரயில் தாமதமாக வந்தால் இந்த முனையிலிருந்து புறப்படவிருக்கும் வண்டி ஏன் தாமதமாகப் புறப்பட வேண்டும்? இது என்ன தர்க்க நியாயம்? புரியவில்லையே...! கோபம் வந்தது, யார் மீது கோபப்படுவது? ஒரு ரயில், ஒரு நிலையத்துக்குள்,

இந்த நடைமேடையில் நுழைந்து. இந்தப் பெட்டி இந்த இடத்தில நிற்கவேண்டும். இன்ன வண்டி இந்த தண்டவாளத்திலிருந்து இத்தனை யாவது நொடியில் அடுத்த தண்டவாளத்தில் நகர்ந்து அடுத்தவண்டிக்கு வழிவிட வேண்டும் என்று துல்லியமாய்க் கணித்து சிறு விபத்தில்லாமல் இயங்கும் ரயிவே வலைப்பின்னலின் நிர்வாகத்திறன் அம்மாடியோவ் எவ்வளவு அளப்பெரியது ! ஆனால் இந்த மாதிரி தாமதத்தை தவிர்க்க முடியாதா? இதனால் எத்தனை பேர் நடுவழியில் நடுநிசியில் உரிய வசதிகளோ,ஏற்பாடுகளோ இல்லாமல் தவிக்க விடுவது சரியா.... என்ற சிந்தனை ஓட்டதிற்கிடையே எத்தனையோ வண்டிகள் வருவதும் போவதும் பயணிகள் இறங்குவதும் ஏறுவதுமாக நடுஇரவிலும் இயங்கிக் கொண்டிருந்தது மதுரை சந்திப்பு. ..

அப்பாடா டேராடூன் விரைவு வண்டி இரண்டா வது மேடையில் வந்து நின்றது. மனைவியை தொட்டு கைபேசியிலிருந்து விடுவித்தார். மணிக் கணக்கில் கண்ணருகே ஒளியைப் பார்த்துக்கொண்டு இருந்த மனைவி கண்கள் ஒளிக்குருடில் தடுமாறி விழப்போனார், இவர் மனைவியை மீண்டும் உட்கார்த்தி ஆசுவாசப்படுத்தி, பின் ஒரு கையில் அவரைப் பிடித்துக்கொண்டும், மறுகையில் சாமான்களை நகர்த்திக்கொண்டும் மெல்ல ஊர்ந்து ஈரடுக்கு குளிர்வசதி பெட்டியில் முதலில் மனைவியை ஏறச்செய்து பின் சாமான்களோடு இவர் ஏறினார்.வயது ஐம்பதுக்கு மேல் ஆகிவிட்டால் ஒவ்வொரு அசைவிலும் கவனமாக இருக்கவேண்டி இருக்கிறது. உடல் நலத்தில் எந்தவித பாதிப்பும் ஏற்படாமல் கடுங் கவனத் தொடு இயங்க வேண்டி யிருக்கிறது. கண்ணாடிக் கதவை உள்ளே தள்ளி மனைவியைப் போகச் செய்து இவர் சாமான்களோடு இவர்களது இருக்கை பதினொன்று, பதிமூன்றில் உட்கார்ந்தனர். விரிப்பான் வாங்கி மனைவிக்கு பதினொன்றில் படுக்கை விரித்து உட்காரச் செய்து, தனக்குமான இருக்கையை விரித்து அமர்ந்து நெட்டி முறித்தார் அடுக்கடுக்காய் கொட்டாவிகள் பரிந்தன...

இந்த வண்டி இந்நேரம் கரூரைத் தாண்டி இருக்கணும். இந்த வண்டியில் ஏறினால் கரூரைத் தாண்டியபின் தான் இவருக்கு தூக்கமே வரும்!. கரூர் இவருக்கு பிறந்த ஊர் மாதிரி. கரூர் போகும் வரை இவரது பள்ளிப்பருவ நினைவுகள் குமிழிகளிட்டு அலை பொங்கி பத்து வயது பருவத்துக்குள் இழுத்துச் சென்றுவிடும்.

ஆனால் இப்போதே உறக்கம் இமைகைளைச் சுண்டி உள்ளே இழுக்குது! மனைவி படுத்தவுடன் குறட்டையில் சஞ்சாரம் தொடங்கி விட்டார். பயணச் சீட்டு பரிசோதகர் வரும் வரை சமாளிப்போம் கழிவறை போய்வந்தார். பரிசோதகரிடம் சீட்டையும், அடையாள அட்டையையும் காட்டியதும், நன்றி சொல்லிப் படுத்தார். வண்டியின் தாலாட்டில் தூங்கிப் போனார்.

வண்டி மெல்ல நின்றதில் தாலாட்டின் லயம் குறைந்து நித்திராயணம் அறுபட்டது. விளக்கை எரியவிட்டு மெல்லிய கரங்களின் தொடுதலில் இலைநீர் பட்ட பறவை போல் படபடத்து எழுந்து.. கரூரா என்றார். ஆமாம் என்ற ஒரு இளம்பெண்ணுடன் பழுத்த பழமாக மூதாட்டி நின்றிருந்தார்.

“ப்ளீஸ் சார், இந்த பாட்டிக்கு இந்த இடத்தை குடுக்கலாமா.., நீங்க மேல பனிரெண்டில் படுத்துக்குங்க.....” என்று கெஞ்சினாள். தானும் மூத்த குடிமகன்தான் என்று வாயைத்திறக்க முயன்றார். அந்த பாட்டியைப் பார்த்ததும் வாயை மூடி தலை இசைத்து எழுந்து படுக்கையை சுருட்டி மேலே பனிரெண்டில் விரித்து மேலே ஏறினார். கிழவியும், குமரியும் ஒரே சுருதியில் நன்றி என்றார்கள். இவர் மேலே படுத்து அறுந்த தூக்க இழையை முடிந்து ஆரோகணித்தார்.

விழிப்பு தட்டியது. கைபேசியை மினுக்கி மணி பார்த்தார். மணி ஆறு. இறங்கி வண்டி நிற்குமிடத்தை ஜன்னலூடே பார்த்தார். சேலம் இப்பத்தான் வருகிறதா என்றபடி தமது பையைத் திறந்து பற்பசை, பல்துலக்கியை எடுத்து பையை மூடி கழிவறைப் பக்கம் நகர்ந்தார். கழிப்பறை இரண்டிலும் ஆளிருந்தனர். பல்துலக்கி காத்திருந்து காலைக் கடமைகளை முடித்து திரும்பினார். இனி தூக்கம் வராது, ஆகவே கீழே படுத்திருக்கும் மனைவியின் காலருகே உட்கார்ந்தார். தொடுவுணர்வு சுட்டு மனைவி தலையை தூக்கிப் பார்த்தார். நான்தான். நீ தூங்கு என்று தைரியம் சொன்னார்.

கைப்பேசியை இயக்கி இணைய செய்தித் தாளை மேல் மேச்சலாக நகர்த்தினார். கழுத்து வலிக்க மெல்ல நிமிர்ந்தார். எதிரே இருந்த பாட்டிசாய்ந்து உட்கார்ந்து இவரையே பார்த்துக்கொண்டு இருந்தார். இவருக்கு கூச்சமாக இருந்தது. “என்ன பாட்டி தூங்கலையா....” என்றார். பாட்டி ,“நான் எப்பவுமே அஞ்சரை மணிக்கு எழுந்திருச் சிருவேன். இன்னைக்கு அலுப்பிலே

ஒருமணிநேரம் கூட அசந்திட்டேன்." உடம்பிலுள்ள தளர்வும் சுருக்கமும் பேச்சில் இல்லை. தெளிவாக கணீரென்று இருந்தது. இந்த பேச்சின் சிறு இடைவெளியில் மூன்றுமுறை மேலே படுத்திருக்கும் பேத்தியை பார்த்தார். அவள் நன்றாக உறங்கிக் கொண்டிருந்தாள். பாட்டியின் முகத்தில் சிறு அசௌகரிய மேகம் கடந்து போனது. இவர் கேட்டார், "பாட்டி நீங்க எங்க அம்மா மாதிரி; டாய்லட் போகணு முன்னா சொல்லுங்க, அந்த ரூம் வரை கூட வர்றேன்." பாட்டி இவர் முகத்தை ஊடுருவிப் பார்த்தார். வருஷம் கூடக்கூட வைரம் விளைந்து ஜொலிக்கும் என்பார்களே அதுபோல் பாட்டியின் பார்வை ஜொலித்தது.மீண்டும் மேலே பார்வையை வீசினார். பேத்தி ஆழ்ந்த உறக்கத்தில் இருந்தாள் .அவர் முகத்தில் சின்ன முறுவல் முகச் சுருக்கங்களை விரித்து வெட்டி மறைந்தது.. இவரது காலின் பின்னுள்ள பையைக் காட்டி வெளியே இழுக்கச் சொல்லி ,அதிலிருந்து பற்பசை,பல்துலக்கியை எடுத்து மூடினார். மெதுவாக எழுந்தார். இவரைப் பார்த்தார், இவர் எழுந்ததும் வலது தோள்பட்டையின் பின்புறம் சட்டையைப் பற்றிக் கொண்டார். இவர் மெல்ல ஊர்ந்து கண்ணாடிக் கதவை இழுத்து திறந்து, கைகழுவும் கோப்பை முன் நின்றார்.பாட்டி பல்துலக்கி, சுவரைப் பிடித்தபடியே கழிவறை போய்வரும் வரை நின்று, அவர் வெளியே வந்ததும் மீண்டும் இருக்கைக்கு அழைத்து வந்தார். பாட்டி உட்கார்ந்ததும் சொன்னார்." உங்களுக்கு இரண்டு முறை நன்றி சொல்லணும். ஆனா சொல்லத் தோணலை. அதுதான் ஏன்னு யோசிச்சு பார்த்தேன். புரிபடலை." என்று சொல்லி மறுபடியும் ஊடுருவிப் பார்த்தார். இவருக்கும் அவரைப் பார்த்ததுபோல் ஓர் உணர்வு ! இப்படியான ஒரு மனுசியை இப்பத்தான் நெருக்கமாகப் பார்க்கிறார். நாலரையடியாய் சுருங்கிய முன்வளைந்த உடல். பாலைவன மணல்வெளியில் காற்று வீசிவீசி வரிவரியாய் மணல் படிந்திருப்பது போல் காலம் வரைந்த முதுமைக் கோலத்தின் வரிகள் உடல் முழுதும்! காற்றில் ஆடும் தளர்வான சட்டைபோல் தளர்ந்தாடும் தோல். சுண்டக் காய்ச்சிய பாலை இழைஇழையாய் திரித்தது போல் தலை முடி. சுரங்கத்துக்குள் மின்னும் வைரங்கள் போல் குழிந்த கண்கள்! இப்படியான மனுஷியையோ, இவரை ஒத்த இளமைக்காலப் பெண்களையோ பார்த்த நினைவில்லை பாட்டியும் இவரையே உற்றுப் பார்த்துக்கொண்டு இருக்கும்போது அந்த கூர்நோக்கின் வெப்பம் தாளாமல் இவரே பேசினார்.

"எங்கே பாட்டி, இந்த தள்ளாத, ஓய்வெடுக்க வேண்டிய வயதில் பயணம்?" "தள்ளாத வயதா.... எனக்கா..." என்று சிரித்த வாயில் தளர்ந்த உதடுகள் நெளிந்து வளைந்து ரோஜா இதழ்களைப் போல் மிளிர்ந்தன. வடிவிழந்த முகவாய் தாங்கிய பல்செட்டில் அலட்சிய சிரிப்பு மின்னி மறைந்தது. பாட்டி தொடர்ந்தார். "உங்களுக்கு கூட வயசு அறுபதைத் தாண்டியிருக்கும் போல... நீங்க மை பூசியிருக்கீங்க. எனக்கு அது தேவை இல்லை, அவளவுதான். சரி, நீங்க கேட்டுட்டீங்க, சொல்றேன். இவ என் மக பிள்ளை பேத்தி ஐ ஏஎஸ் கோச்சிங்கில் சேரனுமுனா! சென்னையில் என் ஸ்டுடென்ட் ஒருத்தன் போலிஸ் ஆபிசரா இருக்கான். அவன்கிட்ட இவளை அறிமுகப்படுத்திட்டு, அப்படியே கோச்சிங்கில் சேர்த்துட்டு வரணும். என் ஸ்டுடென்டை நான் பார்த்து பேசுறதுதான் பொருத்தமாக இருக்கும். அதனால நான் கூடப் போகிறேன்." "வாழ்த்துகள் பாட்டி.! நீங்க கரூரேவா... பக்கத்திலேயா..."

"ஆமாம். ஜவகர்பஜாருக்கு பின்னாலே மேட்டுத்தெரு; வாசவி ஸ்கூல் ஹெட்மாஸ்டரா இருந்து ரிடையராகி இருபது வருசமாச்சு.!"

"அது தெலுங்குப் பள்ளிக்கூடம் தானே.....! பாட்டி தலையிசைத்தார். இவர் தொடர்ந்தார்."அப்போ நீங்க சரோஜா டீச்சரா....!..? பாட்டியின் முகத்தில் பவுர்ணமி வெளிச்சம்.! "நீ... நீ.. யாரு ..?"

"நா... நான்..."என்று தடுமாறிய படியே இவர் தன் பெயரைச் சொன்னார். பாட்டி கம்பிச்சுருள் போல் குதித்து முன்னால் வந்து இவரது வலது தோளை தட்டினார். கண்ணீர் பொங்க! "உங்க அப்பா மாதிரி ஒரு ராட்ஷனை சாரி, மோசமான மனுசனை இன்னைக்கு வரைக்கும் பார்த்ததில்லை.! " என்று சொல்லி வா பக்கத்தில வா..." என்று இவரை அழைத்து பக்கத்தில் உட்கார வைத்து, முகம் பார்த்து பேசுவதற்கு எதுவாக ஜன்னல் பக்கத்தில் தலையணையை வைத்து சாய்ந்து உட்கார்ந்து கொண்டார்.

"அன்னிக்கு அமராவதி ஆற்றில் நடந்தது ஞாபகமிருக்கா..." இவர் பால்யத்துக்குள் இருந்து பேச்சற்று தலை இசைத்தார். சரோஜா டீச்சர் தொடர்ந்தார்.

"நீ என்கிட்டே அஞ்சாம் வகுப்பு படிக்கிற. முழுப் பரீட்சை லீவு. மே மாதம் . கடுமையான தண்ணீர் பஞ்சம். ஞாயிற்றுக் கிழமை

காலை பதினோரு மணிவாக்கில் நானும், எனது, மகனும், இரு இளைய மகள்களும் ஆற்றுக்குப் போய் ஒரு சின்ன ஓடுகாலில் நான் துணி துவைத்து அலசி அலசி தரத்தர எனது பிள்ளைகளோடு பிள்ளையாய் நீயும் துணிகளை வாங்கிக்கொண்டு போய் உதறி ,காற்றுக்கு பறந்து விடாமல் கொதி மணலில் விரித்த துணியின் ஒவ்வொரு முனையில் கையளவு மணலைக்குவித்து காயவைத்து கொண்டுருக்கீர்கள்.

அப்போது படவா என்ற சத்தம் என் காதை அறைகிறது.நான் திரும்பிப் பார்த்தேன் கதரில். வெள்ளை வேட்டி, வெள்ளை ஜிப்பாவில் கண்கள் சிவந்து, பல்லை நறநறன்னு கடித்து உதடு துடிக்க உன் அப்பா நின்றார். நீ அவரை நோக்கி ஓடுகிறாய்.நான் பயந்து நடுங்கி பாவடையை ஏற்றிக் கட்டியபடி நிற்கிறேன். உன் அப்பா வை பார்த்ததும் என்பிள்ளைகள் பயந்து என்னிடம் வந்து ஒண்டுகிறார்கள். உன் அப்பா உன் சட்டையை, டிரவுசரை அவிழ்க்கச் சொல்ல, நீ அவிழ்த்து வெற்றுடம்பாய் நிற்கிறாய். உன் அப்பா அந்த உச்சி வெயிலில் சுடுமணலில் உன்னை புரளச்சொல்லி, இனிமேல் இப்படி யாரு கூடவும் ஆற்றுக்கு வருவியா…வருவியா… என்று ஆவேசமாய் கேட்க ,கேட்க ,நீ உருண்டபடியே வர மாட்டேன்ப்பா, வரமாட்டேன்ப்பா என்று நீ கதறக் கதற உன்னை புரள வைக்கிறார்..,

நான் ஈர்த்துண்டைப் போர்த்திகிட்டு உன் அப்பாவிடம்,அவனை நான் கூப்பிடவில்லை. அவனாக என் பிள்ளைகளோடு விளையாடிக்கொண்டே வந்து விட்டான். அவனை துணி காயப்போடச் சொல்லவில்லை. அவனா கவே பிள்ளைகளோட பிள்ளையாய் அவர்களோடு துணி காயப்போட்டு விளையாடிக் கொண்டிருந்தான்.இதில் நான் எதாவது தப்பு செஞ்சேன் நினைச் சிங்கினா மன்னிச்சிருங்க.பையனை கொதிக்கும் மணலில் வாட்டதிங்க… என்று கண்ணீர் விட்டேன். அடுத்தவர் பிள்ளைக்காய்,மூன்றாவது மனுசர் முன்னால கண்ணீர் விட்டு மன்னிப்பு கேட்டேன்!. நீ அந்த கொதி மணலில் உருண்டது நானே உருண்டது மாதிரிஇருந்தது. ஒரு வாரம் நான் சரியா தூங்கலே. கொடிய கனவை பகலில் கண்ணு முன்னால பார்த்தமாதிரி இருந்தது….” என்று கண்ணீர் பொங்கினார். இவர்தனது முதுகைத் தடவினார். மணல்கள் உதிர்வது போல் உணர்வு. உடலெங்கும் ஒட்டிய மணலை அப்பா கதர்துண்டால் துடைத்து, கொதி மணல்

பதிவின் சிவந்த புள்ளிகளில் நோகாமல் தேங்காய் எண்ணெய் நீவி,வெற்றிவேர் விசிறி கொண்டு வீசி, சாப்பிடச் செய்து தூங்க வைத்ததும்; தூங்கி எழுந்ததும் தேர்முட்டிக்கு எதிரிலுள்ள சாந்தி பவனில் ஜிலேபியும்,ரோஸ் மில்க்கும் வாங்கிக் கொடுத்து கண்கலங்க என்னை கவனித்து கொண்டிருந்த அப்பா நினைவில் வந்தார். இவருக்கு விம்மலும், விசும்பலும் கட்டுப் படுத்த முடியவில்லை. இவரது மனைவி திடுக்கிட்டு எழுந்து என்னங்க என்று பதறினார். இவர் கையமர்த்தினார்.

நீண்ட மௌனத்திற்குப் பின் டீச்சர் கனத்த குரலில் கேட்டார். "உங்க அப்பா,அம்மா.....?" இவர் டீச்சரின் முகத்தைப் பார்த்தார். கடுங்கோடையில் மணல்வெளியில் பெய்த திடீர் மழையை உள்ளீர்த்து பொதுபொதுத்து கிடக்கும் மணல் போல முகம் வீங்கி காணப்பட்டது. எனினும் டீச்சரின் கண்கள், சுமந்த மழையை எல்லாம் கொட்டித்தீர்த்த வானம் போல் பளிச்சென்று இருந்தன.

இவர் குமுறலைக் கட்டுப் படுத்தி உடைந்த குரலில் .."அப்பா பதிமூணு வயசில் நான் ஒன்பதாம் வகுப்பு படிக்கும் போதே இறந்து விட்டார். அம்மா என் முப்பது வயசில் இறந்தார்." என்று சொல்லி உதடுகளை இறுக்கி கொண்டார். கண்ணீர் உருண்டது. டீச்சர் முன்னால் நகர்ந்து இவரது தலையைக்கோதி தோளில் மென்மை யாகத் தடவினார் அன்று அப்பாவின் முன்னால் முதுகை தடவி ஆறுதல் சொல்ல முடியாமல் போன வருத்தம் தீர்ந்த உணர்வு சரோஜா டீச்சர் முகத்தில்.! ஆனால் இவரோ. இறந்த அம்மா, அப்பாவின் கைகளின் தொடுகையை டீச்சரின் கை தொடலில் உணர்ந்து சிலிர்த்தார்.

நீண்ட மௌனத்திற்கு பிறகு டீச்சர், "நீ ஆறாவது படிக்க வேற ஸ்கூலுக்கு போயிட்ட; உன்னை பார்க்க முடியலை. ஆனால் அடிக்கடி உன்னையும், உன் அப்பாவை நினைக்கும்போது ஒரு சிந்தனை எழும் இப்படிப்பட்ட அப்பா வளர்க்கும் பிள்ளை,ஒன்று வன்முறையாளனாக வளருவான் அல்லது ரொம்ப நல்ல மனிதனாக வளருவான்..! நீ எப்படி இருப்பாயோ என்ற கவலை வரும். ஆமாம் நீ எப்படி....? "

இவர் டீச்சரிடம், ''என்னை இவ்வளவு நேரம் பார்த்தீங்களே நீங்களே சொல்லுங்க....'' என்றார் முறுவலுடன்..

07-12-2018 தினமணிகதிர்

ஒறுத்தல்

இவருக்கு அதிகாலையிலேயே விழிப்பு தட்டிவிட்டது. இன்னும் காக்கை குருவிகள் சத்தம் வீட்டில் வளர்க்கப் படும் சேவல் சத்தமும் கூட கேட்கவில்லை. மனம் விழித்துக் கொண்டால் கண்களை மூடி எவ்வளவு நேரம் புரண்டு கொண்டிருக்க முடியும். மெல்ல எழுந்து குளியலறைக்குப் போய் வந்தார். வீட்டில் எல்லாரும் நல்ல தூக்கத்தில் இருந்ததை வெளிவரும் சீரான குறட்டை ஒலி வெளிப் படுத்தியது. இடது கண் துடித்தது. இலேசாக தேய்த்து விட்டார். இடக்கண் துடிப்பு அடங்கவில்லை.அப்படி என்றால்.இன்றைக்கு நல்ல செய்தி வரும்.! என்ன நல்ல செய்தி வரப்போகிறது? நாற்றம்பிடித்த வாழ்க்கையை மாற்றவாபோகிறது.? இரண்டு மகன்களும் படித்து அவர்களவில் ஒருபட்டப்படிப்பு முடித்து ஒருவேலையில் தொற்றிக் கொண்டார்கள். அவர்களுக்கு ஏத்த வகையில் வாழ்க்கையை அமைத்துக் கொண்டார்கள். வீட்டில் அக்காவும் மனைவியும் மட்டும்தாம் அவரோடு இருக்கிறார்கள்.. சிறிய வாழ்க்கை வட்டத்தில் புதியதாக நல்ல செய்தி என்னவரப் போகிறது?

அந்த மிருகம் மட்டும் அவர்களது வாழ்க்கைப் பாட்டில் குறுக்கிடாதிருந்தால் இவர் நாற்றம்பிடித்த பிணக்கிடங்கில் சிக்கியிருக்க மாட்டார். பெரிய அளவில் சிக்கலில்லா கிராம விவசாயப் பாட்டிலே வாழ்க்கை ஓடியிருந்திருக்கும். நினைக்கையிலே அனல் கொப்பளிக்கும் பெருமூச்சு மூக்கின் நுனியையும் மேலுதட்டையும் சுட்டது. குளிர்ந்த காற்றை உள்ளிழுத்து விட்டார் உள்ளுறைந்த கங்கு கணகணத்தது .

மலையடிவாரக் காட்டில் கடலை விளைந்து பிடுங்கும் பக்குவத்தில் இருந்தது. அவர் கடலைக் காட்டில் பரணில் காவலில் இருந்து கொண்டிருந்தார். ஊரடங்கி ஒருசாமம் கழிந்து நரிகள் ஊளையிட்டுக் கொண்டிருந்தன. நிலாவை மேகம் மறைத்து அரையிருட்டாக கலங்கிக் கிடந்தது. அவர் சுற்றிமுற்றி பார்வையை சுழற்றியபடி இருந்தார். ஊர்பக்கமிருந்து மங்கலாகஓர் உருவம்

ஓடிவருவது தெரிந்தது. பெண்ணுருவமாக இருந்தது. பார்வையை கூர்மைப் படுத்தினார். ஆமாம் அது அக்கா தான். என்னாச்சு, இந்த சாமத்திலே? பொண்டாட்டி மூணு மாசம் கர்ப்பமா இருந்தா அவளுக்கு என்னமும் பிரச்சினையா..? மனசு நிலை

கொள்ளவில்லை.இவர் இறங்கி அக்காவை நோக்கி ஓடினார் மூச்சுவாங்க ஓடிவந்த அக்கா, குரல் உடைந்த அழுகையினூடே சொன்னாள். ஒன்றும் விளங்கவில்லை. அவளது கைகளைப் பற்றி ஆசுவாசப் படுத்தி கேட்டார்.

இவர் பண்ணையம் பார்க்கும் நாட்டமைக்காரர் மூத்தமகன், இவரது மனைவி கொல்லைக்கு ஒதுங்கும்போது பலவந்தப் படுத்தியிருக்கிறார்.மனைவி திமிரியதில் மலம் அப்பிக்கிடந்த பாறையில் விழுந்து விட்டார். அரவமில்லாமல் அரக்கப் பரக்க அவர் எழுந்திருப்பதற்குள் வீட்டுக்கு ஓடிவந்து விட்டாள்.தேன்ருசி தேடிவந்து அடிபட்ட கரடி சமயம்பார்த்து வரத்தான் செய்யும். அந்த படுபாவி மகனைப் பற்றி அப்பன் நாட்டாமையிடமே பிராது சொல்லமுடியாது. இப்படியொரு மிருகம் இருக்கிற இடத்தில பண்ணைவேலை பார்த்து பிழைக்கவும் முடியாது. பார்க்கும் போதெல்லாம் இருதரப்பு மனதும் கருவிக்கொடே இருக்கும்.இந்த ஊரைவிட்டே போவதுதான் உத்தமம்.. வளர்த்த ஆடு, கோழிகளை பக்கத்தில் சின்னவாடனிடம் கொடுத்துவிட்டு இருக்கிற தானியம் தவசுகளை மூட்டை கட்டிக்கொண்டு ஐந்துமைல் நடந்து பக்கத்தில் உள்ளநகருக்கு வரவும்கிழக்கேவானம் வெளுக்க தொடங்கியிருந்தது. நாலுமணி வண்டியை பிடித்து மதுரை வந்தார்கள். அங்கிருந்து இரவு ரயிலைப்பிடித்து பட்டணத்திற்கு வந்தார்கள்.

பட்டிணத்தில் எவரைத் தெரியும்? எவர் உதவியை நாட முடியும்? இரவு முழுக்க பயணத்தில் மனசு ஓர்மைபடவில்லை, நாட்டாமை குடும்பதிற்கு தலைமுறை தலைமுறையாக உழைத்தது வீணாகிப் போனது.வெறிநாய் மனுஷ மக்களை பற்றி நினைக்குமா? வெறி தீரும் வரை அதற்கு என்ன வண்மை வழமை தெரியும்? நல்லவேளை உயிரை மாய்த்துக் கொள்வதிலிருந்து மனைவியை காப்பாற்றி மனசை தேற்றிவிட்டச்சு. இல்லையென்றால் வாழ்க்கை சிதறு தேங்காய் போட்டதுபோல் ஆகியிருக்கும். பயணம் முழுதும் சிந்தனை தடதடத்தது .

பளப்பளன்னு விடியிற நேரத்தில் பட்டிணத்தில் வந்து இறங்கினார்கள். எங்கேபோவது? யாரிடம் கேட்பது. ஏழைக்கு ஏழை துணைன்னு அங்கே கூட்டிக் கொண்டிருந்த ஒரு துப்பரவு தொழிலாளியிடம் கேட்டார். அவர் கூட்டும் மும்முரத்தில் ஏறெடுத்துப் பார்க்கவில்லை. மீண்டும் பவ்வியமான கெஞ்சும் குரலில் கேட்டார்.துப்புரவுத் தொழிலாளி தனது வேலையின் ஒரு பகுதியை முடித்து விட்டு நிமிர்ந்து பார்த்தார். எந்த ஊரு, என்ன விவரம் என்ன வேலை தெரியும் என்றெல்லாம் கேட்க .இவர் அழுகையின் விளிம்பில் இருந்தார்.விவசாய வேலை தெரியும்.இது தவிர விவசாயத்துக்கான கமலை சாலின் தோலைத் தைக்கத் தெரியும் என்றார். அந்த துப்பரவுத் தொழிலாளி மருதை தனது வீட்டிற்கு அழைத்து சென்று தனது தந்தை வீரனிடம் அறிமுகம் செய்து வைத்தார். வீரன் தான் வேலை பார்க்கும் அரசுமருத்துவமனை பெரிய டாக்டரிடம் சொல்லி தனது பிணவறை பணிக்கு உதவியாளாராக சேர்த்துக் கொண்டார். முதலில் இந்த வேலையில் சேர்ந்து கொள்வோம்.பின்னால் வேற வார்டுக்கு மாறிக் கொள்வோம் என்று நுழைந்தவர் தான். ஓய்வு வயசு தாண்டியும் ஓய்வில்லமால் மாட்டிக் கொண்டார். திக்கு தெரியாமல் நாற்றத்தில் சிக்கியவர் மீளமுடியவில்லை.வேலையில் அமர்ந்து கொண்ட மகன்கள் இனி வேலைக்கு போகவேண்டாம், கிடைக்கிற பென்சனோட நாங்க ஆளுக்கு கொஞ்சம் பணம் மாதாமாதம் தருகிறோம் என்கிறார்கள். பட்டினத்துக்குவந்து மூன்றாவதாக பிறந்த பெண்பிள்ளையை கட்டினவன் சரியில்லை. அந்த குடும்பத்தையும் சுமக்க பிணவறை வேலையை உதறமுடியவில்லை. இவர் ஓய்வு பெற்றபின்னும் எவரையும் பணியில் அமர்த்தப் படவில்லை. ஆகமுழுச் சம்பளமில்லாத அத்தக் கூலியாகத் தொடருகிறார்.

விபத்து விபரீத மரணம் போன்றவற்றை மருத்துவர்கள் உடற்கூராய்வு செய்த பின்னர் அந்த உடலை தைத்து உரியவர்களிடம் ஒப்படைப்பது; கேட்பாரற்ற அனாதைப் பிணங்களை பிணவறையில் வைத்து கேட்பு வரும்போது அடையாளம் பார்த்து கொடுப்பதும் இவரது பணியாகும். ஊறி ஊதி அழுகிய பிணங்கள்; எலும்புகள் நொறுங்கி உடலமைப்பு சிதைந்த பிணங்களை கையாளும் போது இவருக்கு நாட்டமைமகன் மீது கடுங்கோபம் கொப்பளிக்கும் .அப்படிப்பட்ட பிணங்களை

நாட்டமைமகனாக நினைத்து குத்தூசியால் குத்தி குத்தி தைப்பார். அந்தவெறியில் கவிச்சியை மறந்தார்.

'நாமதான் வாழ்க்கை சூறாவளியில் பிணக்கிடங்கில் மாட்டிகொண்டோம் என்றால் நன்றாக படித்த டாக்டர்களும் தானே இந்த பிணங்களோடு லோள் படுகிறார்கள். இது ஒருவகையில் சமுதாயக் கடமை என்றாலும் அவர்களெல்லாம் சுகாதார பாதுகாப்பு நடைமுறைகளை பயன்படுத்திக் கொள்கிறார்களே. நாம் தானே இப்படி வீச்சத்தில் இழுபடுகிறோம். எதெதற்கோ எந்திரமனுசனை வச்சிருக்காங்க இப்படி அறுத்த உடலை உருபடுத்த வச்சுக்கலாமில்ல...'. என்ற சிந்தனை எழும்.

"என்ன மனுஷன் விடிஞ்சது தெரியாம புரண்டுகிட்டு இருக்கீக..." என்று மனைவி சத்தம் கேட்டு எழுந்தார். பல்துலக்கிட்டு வந்ததும் மனைவி கொடுத்த தேத்தண்ணியை உருஞ்சியவாறே தொலைகாட்சி செய்தியை பார்த்தார்.

நேற்றிரவு ஒரு காரும் லாரியும் நேருக்கு நேர் மோதிக் கொண்டதில் கார் நொறுங்கி மூவர் நிகழ்விடத்திலே மரணம். என்று செய்தி பரபரப்பாக காட்டியது. பலியானவர்கள் மதுரைக்கருகே உள்ள கரட்டுப்பட்டி நாட்டாமைக்காரர் குடும்பம் என்று தெரிய வருகிறது. உடல்களை ராஜீவ்காந்தி அரசுபொது மருத்துவமனைக்கு கொண்டு செல்லப் பட்டுள்ளது. செய்தியை பார்த்ததும் இவருக்கும் இவரது மனைவிக்கும் சிரிப்பதா அழுவதா என்று தெரியவில்லை. அக்கா சொன்னாள் "நம்ம கும்பி கொதிச்ச கொதிப்பும் பட்ட பாடும் சும்மா விடுமா.. ஏழைக வயித்தெரிச்சலைக் கொட்டிகிடற வங்க எல்லாம் இப்படி தான் உருக்குலைஞ்சு போவாக...." என்று அக்கா பெருமூச்சு விட்டது. இவர் மனதிலும் கலவையான எண்ணங்கள் பொங்கி பொங்கி எழுந்தன. இருந்தாலும் இவர் குளித்து சாப்பிட்டுவிட்டு மருத்துவமனைக்கு கிளம்பினார்

இவருக்குள் ஒரு தீர்மானம் செய்து கொண்டார்; சொந்த கிராமத்து மக்களுக்கு தான் இன்னாரென்று காட்டிக் கொள்ளக் கூடாது. எந்த வகையிலும் உணர்ச்சி வசப்பட்டு தனது நெடுநாள் பழியுணர்வு வெளியாளுக்கு தெரியச் செய்திடக் கூடாது. பெரிய நாட்டமை பத்து வருஷத்துக்கு முந்தியே இறந்து விட்டதால் அந்த மிருகம்தான் தற்போது நாட்டமை; அவன்தான் தனது மகனோடு விபத்தில் சிக்கியிருக்கிறான். அன்று இவரது மனைவியை

பலவந்தப் படுத்தியது அறிந்தபோது இவர் மனைவியிடம் சொன்னார் "அவனை கீழே தள்ளிவிட்ட போதே அவனுதை கொத்தோடு அறுத்திருந்திருக்கணும். சரி, நீ தப்பி வந்தது பெரும் புண்ணியம் ..." அந்த வார்த்தைகள் மீண்டும் இவருக்குள் கொசுப்போல் சுற்றிவந்து ரீங்கரித்தது. எந்த உணர்வையும் வெளிக் காட்டாமல் பிணக்கிடங்குப் பகுதிக்குப் போனார். இவரது முதுமையின் தளர்நடையிலும் ஒருமிடுக்கு இன்று வெளிப்பட்டது.

நாற்பதுக்கும் மேற்பட்டவர்கள் மொய்த் திருந்தனர். இவரது உடைகளும் உடல்தளர்சியிலும் இவரை இன்னாரென்று யாரும் கண்டுகொள்ள முடியவில்லை. பிணவறை வாசலருகே நின்றவர்களை இவரிவர் இன்னாரதுமகனாக, தம்பியாக இருக்கக் கூடும் என்று யூகித்துக் கொண்டார். அவர்களிடம் சென்று இறந்தவர்கள் கரட்டுப்பட்டி நாட்டமை, அந்தப் பகுதியில் ஆளும்கட்சியின் செல்வாக்குள்ளவர் என்றும், இன்னொருவர் அவரது மூத்தமகன் என்றும், மூன்றாமவர் அவரது மைத்துனர் மகன், அவர்தான் காரோட்டி வந்தவர் என்றும், மகன் வெளிநாட்டுக்கு வேலைக்குப் போகிறவரை அனுப்ப வந்தபோது விபத்தில் இறந்தனர் என்றும் உறுதிப் படுத்திக் கொண்டார்.. மருத்துவர்கள் காலையில் உள்நோயாளிகள், வெளி நோயாளிகளைப் பார்த்தபின் பனிரெண்டுமணி வாக்கில்தான் பிணக் கூறு ஆய்வுக்கு வருவர். நன்றாக அறியப்பட்ட விபத்து; இறந்தவர்கள் அரசியல்செல்வாக்கு உள்ளவர்கள் என்றவகையில் பெரிய அளவு அறுப்பு, தைப்பு இருக்காது. ஆகவே கிடைத்த நேரத்தில் தனது வேலையை முடித்திட வேண்டும். தனது வாழ்க்கையை பிணக்கிடங்கில் தள்ளியவனை பழி தீர்த்திட வேண்டும் என்று முடிவு பண்ணிக் கொண்டார்.

தனது பாக்கெட்டில் உள்ள சிறுகத்தியை தொட்டுப் பார்த்துக் கொண்டார். பிணவாடிக்கு பின்பக்கமாக சென்று அங்கு ஆள்நடமாட்டமில்லா பகுதியில் காங்க்ரீட் தரையில் உட்கார்ந்து கத்தியை தீட்டி தனது இடது புறங்கை ரோமத்தை மழித்து கத்தியின் கூரைசரிபார்த்துக் கொண்டார். மணி பனிரெண்டை நெருங்கநெருங்க அவருக்குள் பதற்றமும் ரொம்பநாள் மனநெருக்கடி தீரும் மகிழ்ச்சியும் அதிகரித்து அவரை நிலைகொள்ளாமல் அலைகழித்தது.

மருத்துவர்குழு வந்தது. கூட்டத்தில் நின்ற வெள்ளைச்சட்டைகாரர் தலைமை மருத்துவரை வணங்கி ஜாடை காட்டினார் .அவர்

இசைவாய் தலையசைத்து உள்ளே போனார். அவர்களுக்குப் பின்னால் பாக்கட் கத்தியை தொட்டவாறே இவர் ஓட்டநடையில் விரைந்தார்.

பிணவறை உதவியாளர் மூடிவைத்த பிணங்களைக் காட்டினார். முகங்கள் இரத்தம் உறைந்து கோரமாக இருந்தன. இவர் மருத்துவர்களுக்குப் பின்னால் நின்று எட்டிப் பார்த்தார். மருத்துவர்கள் பிணங்களைப் புரட்டி காயங்கள் பாதிக்கப் பட்ட உறுப்புகள், உயிரிழப்புக்கான காரணங்கள் போன்றவற்றை குறிப்பு எடுத்துக் கொண்டிருந்தனர்.

இவருக்குள் மனப்போராட்டம் தொடங்கியது; 'யாருக்கும் ஏற்படக் கூடாத கோரச்சாவு. அந்த செத்த பாம்பை மீண்டும் . அடிக்கணுமா அதனால் என்னபலன்?... பலனா...? அந்த பாவியை மருத்துவர்கள் அறுக்கப் போறதில்லை. பேருக்கு அறிக்கை தயார் பண்ணிட்டு பிணங்களை துணியை சுற்றித் தான் கொடுக்கப் போகிறார்கள். நாமதான் துணியை சுற்றித் தரப்போறோம். அந்தபாவி குறியை அறுத்திட்டா ஊரிலே குளிப்பாட்டா விட்டாலும் கோடித்துணிகட்டிவிடுவாங்க. அப்ப ஆடின ஆட்டத்துக்கு ஆண்குறியை யாரோ அறுத்திட்டங்கன்னு உள்ளூரு ஏகாலி பரியாரி, சொந்த மாமன்மச்சானுங்க ரகசியமாவது பேசிக்குவாங்க; அப்புறம் நாளாக நாளாக சாராயக்கடையிலஆரம்பித்து மந்தக் காடுவரை ஊரறிந்த ரகசியமாயிருமில்ல.!' என்ற சிந்தனை இவர் முகத்தில் பளிச்சிட்டது. சுற்றிமுற்றி பார்த்துவிட்டு கத்தியை தொட்டுப் பார்த்துக் கொண்டார்.

"பெரிசு, முடிஞ்சிருச்சு. பாடிகளை பக்குவமாசுற்றி அனுப்பிருங்க" என்றபடி மருத்துவர்கள் வெளியேறினர். உதவியாளர் வசூலை எதிர்பார்த்து வெளியேறினார்.

இவர் உற்சாகமாக கத்தியை எடுத்து துணியை அளவாகக் கிழித்தார். மற்ற இரண்டு பிணங்களைதுணியால் சுற்றி கட்டிவிட்டார். மூன்றாவதாக கத்தியை எடுத்துக்கொண்டுஅந்தப் பாவியின் பிணத்தை நெருங்கினார். மனதில் ஒரு மின்னல்! 'கடித்த வெறிநாயை மனுஷன் கடிக்கலாமா.... அதுவும் கோரமாய் செத்த நாயை.....'. இவர் அந்த மூன்றாவது பிணத்தையும் துணிசுற்றி கட்டிவிட்டு. கிருமிநாசினி ஊற்றி கையை கழுவினார்.

கண்ணுக்கு எட்டியது...

சட்டையைப் போட்டுக் கொண்டு வெளியே கிளம்பும் போது முத்துநிலவன் வீட்டிற்கு வந்தார், "வாங்க தோழர். ரெம்ப நாள் கழிச்சி வந்திருக்கீங்க. இன்னைக்கு மதியான சாப்பாடு நம் வீட்டில் தான்" என்று சொன்னபடி அவரை அழைத்துக் கொண்டு வீட்டினுள் நுழைந்தேன். பேச்சு சத்தம் கேட்டு வெளியே எட்டிப் பார்த்த எனது மனைவி "வாங்கண்ணே மகள், பேரப் பிள்ளைகள் நல்லா இருக்காங்களா" என்று கேட்டபடி டம்ளரில் தண்ணீர் தந்தார்.

தண்ணீரை வாங்கி ஒரே மிடறில் விழுங்கி விட்டு "எல்லாரும் நல்லா இருக்காங்க. உங்க உடம்பு தேவலையா" என்று கேட்டபடி என்னை நோக்கினார். "ஜனநேசன் இன்றைக்கு செய்தித்தாளில் இன்றைய நிகழ்ச்சியில் மேலச்சிவல்புரி கல்லூரியில் மாலையில் ஜெயகாந்தன் பேசுவதாகப் பார்த்தேன். மாலையில் வரமுடியாது. மருத்துவமனைக்கு மல்லிகாவை அழைத்துப்போகனும். அதனால் ஜேகேவைப் பார்த்து என் புத்தகம் ஒரு பிரதியை கொடுத்திட்டு.. பேசிட்டு வரலாம்னு வந்தேன். வாங்க ஒரு எட்டு போயிட்டு வந்திரலாம்" "நானும் அவரைப் பார்க்கத்தான் புறப்பட்டேன். நல்ல வேளையாக நீங்க வந்திட்டீங்க ஜே.கே இங்கதான் அடுத்த தெருவில ஒரு லாட்ஜ்ல தங்கி இருக்காரு. அவரை கூட்டத்தில பார்க்கிறதைவிட அவரது அறையில் "சபையில்" இருக்கும் போது சந்திப்பது சுவாரசியமானது அவரோடு இயல்பாகவும் பேசமுடியும். வாங்க போகலாம்!".

வெளியே வானம் மப்பும் மந்தாரமாக இருந்தது. வெயில் இல்லாவிட்டாலும் ஊமை வெயிலின் வெக்கை தகித்தது. வானத்தில் கினிக் கோழிகளாக கருமேகங்கள் சிதறி நகர்ந்தன.

அந்த விடுதி வாசலை மிதிக்கும் போது பத்து பதினைந்து பேர் வெளியே வந்தனர். அவர்களில் ஒருவர் லுங்கிகட்டி, வெள்ளைத்துண்டால் தலைப்பாகையாக சுற்றி இருந்தார். அவரது மீசையும் கண்ணாடியும் அவர்தான் ஜெயகாந்தன் என்பதை சுட்டியது.

நாங்கள் இருவரும் வாசலுக்கு வெளியே ஒதுங்கி அவர்கள் வெளியேவர வழிவிட்டோம்.

நான் முத்துநிலவனை அழைத்துச் சென்று ஜெயகாந்தனிடம், “தோழர் ஜே.கே வணக்கம். இவர் தோழர் முத்துநிலவன். உங்களைப் பார்க்க புதுக்கோட்டையிலிருந்து வந்திருக்கிறார்.

முத்துநிலவன் புன்னகைத்த படியே கரங்களைக் குவித்தார். ஜே.கே அவரை ஊடுருவிப் பார்த்தார். “ஆமாம் நீங்க எழுதின கட்டுரையை பார்த்தோம்” “நன்றி தோழர். அந்தக்கட்டுரைகள் புத்தகமாக வந்துள்ளது. உங்களைப் பார்த்து கொடுத்திட்டுப் போகலாம்னு வந்தேன்” என்ற படி முத்து நிலவன் கைபையிலுள்ள புத்தகங்களை எடுக்க முயன்றார். “மகிழ்ச்சி, வாங்க செத்தநாழி காலாற நடந்திட்டு வருவோம்”

நாங்களும் பொன்னமராவதி அமரகண்டான் ஊருணியின் வடகரையோரம் நடந்தோம். அந்தக் கூட்டத்தில் முருகேச பாண்டியன் சந்திரகாந்தன், உ.ராஜாஜி, சேதுபதி உள்ளிட்ட பத்துக்கு மேற்பட்ட ஜெயகாந்தனின் நண்பர்களும், “சபை” அங்கத்தினர்களும் இருந்தனர். ஏதோதோ பேசிக் கொண்டே வந்தனர். ஒவ்வொரு பேச்சிற்கும் ஜெயகாந்தன் தனது பார்வை அசைவால், புருவ அசைவால், தலையாட்டலில் பதில் கொடுத்தார்.

இந்த அசைவுகளில் ஜே.கே நிறைய விஷயங்களைச் சொல்வதாக சபை அங்கத்தினர் உணர்ந்து அங்கிகரித்தபடி நடந்தனர்.

ஊருணியில் கரும்பச்சைப் படலமாக நீர் படர்ந்திருந்தது. வானத்திலிரந்து ஒவ்வொரு துளிகள் விழுந்து கரும்பச்சை நீர்ப்போர்வையை கிழித்து உலுக்கியது எட்டுத்துறை படிக்கட்டுகளிலும் ஆண்கள், பெண்கள் தனித்தனியே குளிப்பவர்களும், துவைப்பவர்களும் தென்பட்டார்கள்.

முருகேச பாண்டியன் சொன்னார் “ஜே.கே, மழை வரும்போலிருக்கிறது.. ரூமுக்கு திரும்பியறலாமா...”

“வரட்டுமே... நனைந்தால்என்ன என்றபடி ஜெயகாந்தன் தன் பரிவாரங்கைப் பார்த்தார். அவர்கள் அமைதியாக இருந்தார்கள்.

சந்திகாந்தன் தயங்கியபடி “உங்க உடம்பு பழைய மாதிரி இல்லையே ஜே.கே, உடம்புக்கு ஒத்துகாதில்ல..”

"அப்படியா" என்றபடி பரிவாரங்களைப் பார்த்தார். "ஆமாம் தோழர்" என்று கூட்டிசையாக குரல் வந்தது.

இதற்குள் பெரும் தூறல்கள் படபடவென கொட்டின.

"சரி வாங்க இந்த டீக்கடையில் ஒதுங்கினபடி மழையையும், மக்களையும் பார்ப்போம்..." டீக்கடைக்குள் எல்லோரும் நுழைந்தோம்.

டீக்கடைக்காரர் "எத்தனை டீ வேண்டும் சக்கரையில்லாதது எத்தனை" என்றார்.

எல்லோரும் ஜெயகாந்தனைப் பார்த்தோம் எமக்கு வேண்டாம் வேண்டியவர்கள் குடிக்கலாம்" என்றார். சேதுபதி ஓடிச்சென்று தலைப்பாகையும் கைலியுமாக இருப்பவர் ஜெயகாந்தன் என்றும் அவரது சிறப்புகள் குறித்து சுருக்கமாக சொல்லவே, டீக்கடைகாரர் வேட்டியை கால்வரைக்கும் அவிழ்த்துவிட்டு பவ்வியமாய் வணங்கி, உள்ளே வந்து உட்காரச் சொன்னார்.

"பரவாயில்லை, நன்றி. இங்கே நின்றபடி இந்த மண்வாசனையையும், மக்களையும் ரசிப்போம்" என்றார்.

மழைவலுத்தது சாரல் கடைக்குள் விழுந்தது.

"அய்யா நீங்க எங்கஊருக்கு வந்தநேரம் பூமி குளிர்ந்து போச்சு. மூனாவது கட்டிடம் நம்ம மண்டபம் தான். அங்கே சேர், பேன் வசதி எல்லாம் உண்டு. மழைவிடற வரை சௌகரியமா உக்காந்து பேசிட்டு வாங்க" என்று டீக்கடைக்காரர் பவ்வியமாகச் சொன்னார்.

ஜெயகாந்தன் அவரை ஊடுறுவிப் பார்த்தார். "மகிழ்ச்சி, உங்க அன்பு எம்மை நனைச்சிருச்சு" என்றபடி பரிவாரங்களைப பார்த்தார். டீக்கடைக்காரர் விளங்காமல் விழித்தார். சேதுபதி டீக்கடைக்காரரிடம் சொன்னார். மண்டபத்தில் உட்காரப் போவதாக.

மண்டபத்தில் நுழைந்தோம். வசதியாகத்தான் இருந்தது. ஜெயகாந்தனை நடுநாயகமாக இருக்கவைத்து எல்லோரும்; வட்டமாக உட்கார்ந்தோம். ஜெயகாந்தன் என்ன பேசுவார் என்று ஆர்வத்தோடு எதிர்பார்த்தோம். அவர் தலைப்பாகைத்துண்டை கழற்றி உதறி தோளில் போட்டுக் கொண்டு களைந்த முடியை சரிசெய்து கொண்டார். பவுர்ணமிக்கு மறுநாள் நிலாவைச்சுற்றி

வெண்மேகப் பிசிறுகள் அங்குமிங்கும் படிந்ததுபோலிருந்தது. கண்ணாடியைக் கழற்றி துடைத்து மாட்டி மீசையை தடவிசரிசெய்தார்.

ஆச்சரியமாய் இருந்தது ஏதோ ஏற்பாடு செய்தது போல் இருபது முப்பது பேர் பள்ளி ஆசிரியர்கள், ஆசிரியைகள், கல்லூரி மாணவர்கள், முதியவாசகர்கள் என மொது மொதுவென நுழைந்து வணக்கம் சொல்லி வட்டமாக இருக்கைகளைப் போட்டு உட்கார்ந்து கொண்டார்கள்.

நான் ஜே.கேயிடம் போய், தோழர் ஜே.கே, தோழர் முத்துநிலவன் உங்களிடம் அவரது நூலைக் கொடுத்துவிட்டு, தங்கள் அனுமதியோடு அவசரமாய் மருத்துவமனைக்கு மனைவியை அழைத்துச் செல்லவேண்டுமென்கிறார். எதிர்பாராமல் கூட்டம் கூடிவிட்டது. அவர் புத்தகத்தைக் கொடுத்ததும், புத்தகத்தைப் பற்றியோ, பொதுவாகவோ, கொஞ்சநேரம் பேசினா எல்லாத்துக்கும் மகிழ்ச்சியா இருக்கும்!" என்றேன்.

"என்ன, சுக்கு கண்ட இடத்தில் பிள்ளை பெறச்சொல்றே" என்று சொல்லி சில வினாடி யோசித்து கீழிருந்து மேலாகவும் தலையை வலப்புறமாகவும் அசைத்தார்.

நான் முத்துநிலவனை அருகில் அழைத்தேன். அதற்குள் பர்தா அணிந்த ஒரு பெண் நேராக ஜெயகாந்தனிடம் முன்நின்று "வணக்கம் சார். நான் உங்கள் தீவிர வாசகி" என்று வணங்கினார்.

ஜெயகாந்தன் பெருமிதமாய் அந்தப் பெண்ணைப் பார்த்தார். நான் அந்தபெண்ணை அடையாளம் கண்டு "இவர் மைமூன் பேகம் எங்கள் கல்லூரியில் பேராசிரியராக இருக்கிறார். எனது மகள் மாதிரி" என்றேன். ஜே.கேயின் புருவம் கேள்வி குறியாக நிமிர்ந்து வளைந்தது. "சாதி மதத்துக்கப்பால் அப்பா மகள் உறவு முறை சார்" என்றார் மைமூன். "சபாஷ் அப்பல்லாம் சாதி, மதங்களுக்குள்ள இணக்கம், உறவு இருந்தது. இப்போ பிணக்குத்தான்....." என்று பெருமூச்சுவிட்டார். அந்தப் பெண் மீண்டும் வணக்கம் சொல்லி அமர்ந்தார்.

முத்துநிலவன் அருகில் வந்தார். நான் அவரை அறிமுகப்படுத்தி பேச ஆரம்பித்தேன். ஜே.கே கை அசைத்தார். நான் பேச்சை நிறுத்தினேன். முத்துநிலவன் "ஒரு ஜெயகாந்தனும் சில

ஜெயகாந்தன்களும் - ஒரு மாறுபட்ட விமர்சன நடை" என்ற புத்தகத்தின் இரு பிரதிகளைக் கொடுத்தார். ஜே.கே தலைப்பை பார்த்துவிட்டு முத்துநிலவனின் கால்களைப் பார்த்தார்.

ஜே.கேயின் குறும்பை நாங்களிருவரும் புரிந்துகொண்டோம். அவர் சபை பரிவாரங்களைப் பார்த்தார். அவர்கள் பொதுவாக மௌனப் புன்னகையை வெளிப்படுத்தினார்.

"கோவிச்சுக்காதீங்க தோழர். இப்போ வரும் போது மழையில் புத்தகம் நனைந்துவிட்டது என்றார்." "நாம் நனைய நினைத்தோம். இயலவில்லை என் பெயராவது நனைந்தது பெரு மகிழ்ச்சி பெருமகிழ்சி!" என்றபடி அவையை பார்த்தார்.

என்னையாரோ உதைப்பது போலிருந்தது ஒருவயது பேரன் தூக்கத்தில் கால் போட்டான். "அய்யோ அருமையான கனவு அறுந்துவிட்டதே...." அப்புறம் தூக்கம் இல்லை ஏக்கம் தான்! இதை நினைவு படுத்தி பதிவு செய்தபின் தான் பெரும் ஆதங்கம் நீங்கியது.

■

ஆசிரியரின் பிறநூல்கள்

கவிதை : *1) ஆலிவ் இலைகள் ஏந்தி , [1993. மீரா பதிப்பகம், புதுக்கோட்டை].*

2) சூரியனைக் கிள்ளி. [2000 .காலம் வெளியீடு, மதுரை]

3) மஞ்சள் சிலுவை. 2004 .காலம் வெளியீடு, மதுரை.

சிறுகதை: *1)வரிசை.1998. காலம் வெளியீடு, மதுரை.*

2) ஆளுமை. 2004 . சந்தியா பதிப்பகம். சென்னை.

3) வாஞ்சை. 2012 சந்தியா பதிப்பகம் .

4) கண்களை விற்று. 2015, சந்தியா பதிப்பகம்]

5) புத்திக் கொள்முதல். 2017, பாரதி புத்தகாலயம், சென்னை.

6) காரணம் அறிகிலார். 2019, பாரதி புத்தகாலயம்.

கட்டுரை: *1) கிராவின் காயிதங்கள். 2002, ரிஷபம் பதிப்பகம் சென்னை.*

2) கே.முத்தையாவின் வாழ்வும் பணியும். 2004, பாரதி புத்தகாலயம் . சென்னை

3) கந்தர்வன் படைப்புலகம், 2005, அகரம், தஞ்சாவூர்.

4) இந்திய இலக்கிய சிற்பிகள்-கந்தர்வன். 2016, சாகித்ய அகதமி.